விழியின் மாயைகள்

மாலதி

ஏலே பதிப்பகம்

விழியின் மாயைகள்
ஆசிரியர் ©மாலதி

முதற்பதிப்பு 2021
பக்கங்கள் 129

ISBN 978-93-91423-32-2

புத்தகம் வெளியீடு
ஏலே பதிப்பகம்
மின்னஞ்சல் முகவரி
aelaypublish@gmail.com
phone - 9944992571

Published
@Aelay Publish
www.aelaypublish.com

முகப்பு

இவ்வுலகில் எல்லாருக்கும் உணர்வுகள் இருக்கும். எல்லாருடைய உணர்வுகளும் தனிப்பட்டவை அதை வெளிப்படுத்தும் முறையும் வெவ்வேறானவை. அதில் பெண்களின் உணர்வுகள் மட்டும் தனித்துவமானது. ஆயிரம் எதிர்ப்புகளை தாண்டி தான் ஒரு பெண்ணின் உணர்வு அவளுக்கு பிடித்த ஒருவரிடம் சென்று அடைகிறது. அதனாலே தன் உணர்வை தனக்குள்ளே புதைத்தும் அதை நினைத்து வருந்தி கொண்டு தான் இருக்கிறார்கள். இதை ஒரு வாய்ப்பாக எடுத்து பெண்களின் சார்பாக சில உணர்வுகளை என் கற்பனையாலும் அனுபவத்தாலும் சில கவிதைகளை வருடி உள்ளேன்.

இப்புத்தகம் இரு பிரிவுகளை உள்ளடக்கியது. சில கவிதைகள் இப்படியும் காதலிக்க முடியும் என்று வரும் உணர்வுகளையும் சில கவிதைகள் இப்படியும் காதலித்து வரும் வலியை சுகமாக ஏற்க முடியும் என்ற இரு விதமாக உணர்வுகளை என் எளிய வார்த்தைகளாலும் வரிகளிலும் புரிய வைக்க முயன்று இருக்கிறேன்.

எப்படி நமக்கு தேவையான உணவை பதமாக மென்று அதன் ருசியை நாவானது சுவைத்து விழுங்குகிறதோ அதுபோல இதில் உள்ள பெண்ணின் உணர்வுகளையும் புரிந்து மெதுவாக விழுங்கி செல்லுங்கள்.எவரும் கண்டிராத பெண்களின் உணர்வுகளை ஒரு சிறிய கவிதை பெட்டகம் ஆக திரட்டி உள்ளேன்.

எவரும் படிக்க முடியாத காவியம் என்றும் படிக்க முடிந்தால் புரியக்கூடிய காவியமும் பெண் தான் என்று என்னால் முயன்ற வரை சிந்தைனைகளையும் அனுபவத்தையும் தைத்துள்ளேன் இப்புத்தகத்தில்..........

தலைப்பு உருவான சிறுசுருக்கம்

ஒரு பெண் அவளின் தினசரி வாழ்வில் பல
ஆண்களை கடந்து செல்வாள். அப்படி நான்
பார்த்த எனக்கு தென்பட்ட என்னவனின்
முகமும் அவன் பார்வையும் எந்நிமிடமும்
மறப்பதில்லை. அந்த நொடி பல நாள்
நெருக்கம் போல் என்னுள் தோன்றிய
உணர்வுகளுக்கு எல்லையே இல்லை.
அப்படி என் வாழ்வில் முதல் காதலாக
அவனின் பார்வையை யாசித்தும்
நேசித்தும் கதைத்த ஒரு யாசகம்
இக்கவிதை தொகுப்பு
"விழியின் மாயைகள்"

என்னை காதலிக்கிறாள் என தெரிந்தும்
தெரியாமலே அவளுடன் பயணித்து
வரும் ஆண்களுக்கு இத்தொகுப்பு சமர்ப்பணம்.

மாலதி

♦

இந்த பேதையும் போதை
கண்டது உன் விழியின் மதுவில்

♦

என்னை கவர்ந்த
உன் விழிகள் வழியே
என் காதலை தொடங்குகிறேன

♦

அடையாளத்தின் நேசிப்பு

என்னை விட
என் பெண்மை
என்கிற அடையாளமே
உன்னை அதிகம்
நேசிக்கிறது

♦

படர்ந்த முத்துக்கள்

அவன் இதழால்
என் இதழில் இட்ட
ஒற்றை முத்தத்தால்
சிதறிய
முத்துக்கள் என்
மேனியில் உள்ள
மச்சங்கள்

♦

தினமும் ஏமாற்றம் தான்
என்னை கடந்து செல்லும் ஆண்களை எதார்த்தமாக
பார்க்கையில் நீயாக இருக்க மாட்டியா
என்ற எதிர்பார்ப்பில்

♦

ஆசை

கடிவாளம்
போட்டாலும்
அழிந்தது கொண்டு
ஓடுகிறது
உன்மீதான
காதல் ஆசை

♦

இரவல் போதாது

உன்னுடன் நீளும்
நேரத்துக்காக
அந்த இரவையும்
இரவலாக
வாங்கினாலும் போதாது

♦

Crush

தினம் தினம் பல பெண்கள் எங்கோ ஓர் மூலையில்

இருந்து கொண்டு அவர்களின் crushகளுக்கு அனுப்ப வேண்டிய message களை delete பொத்தான் மூலம் பேசி கொண்டிருக்கிறார்கள்.

♦

காதல் கடல்

இடைவெளி
இல்லா இறுக்கம்
நம்மை
மூழ்கச்செய்கிறது
மோகத்தில் நீ நானும்

♦

வீணையால் இணை

இசைக்கருவி
இல்லாமல்
இசை மீட்டுகிறான்
என் உதடுகளில்
அவன் உதட்டால்

♦

வலியின்றி ஆசை

மென்மையான
என் கன்னத்தில்
வலிக்காமல்
குத்திய முட்கள்
அவன் மீசை

♦

அனுமதியின்றி உள்ளே வா

என்னுள் ஊடுருவி
செல்லும் வியர்வை
துளிகள் நீ
சுவைப்பதால் தான்
உயிர் பெறுகிறது

♦

கடன் வாங்குவதும் நல்லதே!!

அன்று கடனாக
முத்தம்
கேட்டவன் இன்று
என் உதடுகளை
குத்தகைக்கு
எடுத்து தவணை
தவறாமல் வட்டி
கட்டுகிறான்

♦

நினைவின் மணம்

அவன்
வந்து சென்ற
பின் கூட
என் அறை முழுவதும்
வாசனை திரவியமாக
மணக்கிறது
அவன் நினைவுகள்

♦

உன்னால் மெழுகு

ஓர் விரல்
தீண்டுகையில்
என்னை அறியாமல்
மெழுகாய் உருகுகிறேன்

♦

வேறு வழியின்றி நான்

மாலை பொழுதில்
ஈர் உடல்
ஒன்றாகும் நேரம்
இந்த பிரபஞ்சத்தை
ஆளும் காதலை
ஏற்க துடிக்கும்
என் மனதை
என்னவென்று
சொல்வது
உன்னை நீங்க
வழி இல்லாமல்
உன்னுடன் நான்

♦

துடிப்பின் பரிமாணம்

உன் உதட்டில்
மேல்
என் உதடு
பரிமாரத்துடிக்குதடா
என் காதல் உணர்ச்சிகள்.......

♦

காட்டி கொடுக்கும் கள்வன்

ஓராயிரம்
ஆசைகளோடு
காத்திருக்கும் என்னை
உன் ஒர் அலைபேசி
அழைப்பு காட்டிக்கொடுக்கிறது

♦

தனிமை கேட்கிறது

எங்கே உன் காதல் என்று அவனின் அணைப்பில் இருப்பேன் என நினைத்தேன் முடியவில்லை அதனால் உன்னிடம் அனுப்பி ஏங்க வைத்து விட்டான்.

♦

பொறாமை

நீ அணைக்கும்
வேளையில் கூட
என் முந்தானை
மூச்சடங்கி நிற்கிறது
நீ என்னை காதலிக்கும்
அளவை கண்டு

♦

காதலின் பாணம்

நீ என்னுள்
காதல் விதையை
விதைத்ததால்
தத்தளிக்கிறேன்
ஊற்றியவனிடம் நீரை
அருந்த வேண்டும் என்று

♦

வழி இல்லை

நான் ஏங்கி தருணத்தை விட நீ கலங்கியதை எப்படியோ அறிந்த என மனது எவ்வளவு தான் பேசக்கூடாது என் கட்டுப்படுத்தினாலும் என்னை அறியாமல் அழைத்து பேசி விடுகிறேன்.

♦

கலவரத்தில்காதல்

நான் சண்டைபோடுவது
உன்மேல் கோபம்
இல்லாமல் அல்ல
எனக்கான அன்பை நான்
மட்டும் உன்னிடம்
கொஞ்சல்களாக
பார்க்க வேண்டும்
என்பதற்காக தானடா

♦

தயக்கம்

உன்னிடம் காதலை பற்றி பேசியதை விட என் காதலை சொல்ல தயங்கியது தான் அதிகம்.

♦

இருதலை காதல்
உணர்வுகளை பகிர செய்யும்

ஒருதலை காதல்
உணர்வுகளை பகிர துடிக்கும்

♦

அவைகளின் தப்பு தானே??

உன் வேட்டியும்
என் சேலையும்
நாம் ஊடல்
கொள்ளும் வேளையிலலே
சிக்கி தள்ளாடுகிறது

♦

முதலிரவு

என் சேலைக்கு
ஒரு நாள் விடுப்பு
உன்னுடன் இருக்கும்
அந்த
இரவுதான்

♦

அணைப்பிற்குள் தணிப்பு

உன் மூச்சுக்காற்று
பட்டாலே என்
ரோமங்களுக்கு கூட
திமிரு பிடிக்குது
ஆனால்
அதை நீ
அரை நொடியில்
தணித்து விடுகிறாய்
உன் அணைப்பால்

♦

அற்புத திருடன்

இந்த கன்னியின்
மனதை திருடிய
கள்ளவனை மறைக்க
இடம் இல்லாமல்
அந்த மனதிலே
மறைத்து வைத்தேன்

♦

சத்தத்திற்குள் காதல்

நீ இச்.. இச்...
என வைக்கும்
முத்தத்தை வாங்கும்
போது மூச்சடச்சு
போய் என்னை
மறந்து உனக்குள்
வருகிறேன்

♦

என் உரிமை

உன்
கம்பீர மீசைக்கு
சொந்தக்காரி
நான் மட்டும்

♦

தந்தையின் மறு கை

என் தந்தை
கைகளை அடுத்து
குழந்தையாக
நடந்ததருணம்
மணமேடையில்
உன்னுடன் நான்

♦

என்னவென்று சொல்வது?

காதல் பிடித்தவரிடம் இருந்து வரும் சொல்லால்
சிலருக்கு வாழ்க்கை
சிலருக்கு ஆனந்தம்
சிலருக்கு காயம்
சிலருக்கு துயரம்
சிலருக்கு மரணம் வரை கூட
அழைத்து சென்று விடுகிறது
யார் மீது குறை கூறுவது
அறியாமல்வரும் காதல் மீதா? இல்லை
வலி என தெரிந்தும் செய்யும் மனிதர்கள் மீதா?

♦

இரவுக்குள் இரை

காத்திருந்த கட்டிலிற்கு
நாம் இருவரும்
விருந்தாளிகள்
என நினைத்தோம்
விடிந்த பின் தான்
தெரிந்தது அதற்கு
இரையாக
மாறிவிட்டோம் என்று

♦

இம்சை

நான் விலகிவிலகி
ஓடுவது வேண்டாம்
என்பதற்கு அல்ல
போதும் போதும்
என நீ tharum இம்சை
கொஞ்சலுக்காக

♦

இடையூறு

மங்கை நானோ உன்னை பார்க்க
உன் மன்மத பார்வையால்
என்னை ஈர்க்க நீ மீசை
முறுக்கி விட்டு
அருகில் வர இடையழகில்
கைகளை கோர்த்து கட்டி
அணைத்து படி இமைகளை மூட
இதழோடு இதழ் சேரும் நேரம்
சமையலறையிலிருந்து குக்கர் சத்தம்
இடையூறில் இன்னும்
காதல் ஆசை தீர வில்லை

♦

ஒரு தலை காதல்

என் உணர்வுகளைசொல்லபோய் அவன் வேறு ஒருவரிடம் வைத்துள்ள அவனின் காதல் உணர்வை கொன்று விடுவதா? இல்லை நம் காதல் நம்மிடமே இருக்கட்டும் என ஒருதலை காதலாக இருந்து விடலாமா? இப்படிக்கு நான் காதலித்த அவனும் வேறு ஒருத்தியை காதலிக்கும் அவனும்

♦

முடிவு

என் பாதங்களில்
நம் வாழ்க்கையை
தொடங்கினாலும் முடிவு
நம் இதயங்களில்
காதல்

♦

உறக்கம்

இரு கை
கூண்டிற்குள்
அமைதியான
இரவு உறக்கம்
அவன் மார்பில்

♦

சுகம்

அந்த நாட்களை
நீ தரும் அரவணைப்பு
ஆயிரம் சுகங்களையும்
காதலையும் தரும்

♦

உடல் சுவடிக்குள் கல்வெட்டுகள்

என்
நெஞ்சுக்குழியில்
தந்த முத்தங்கள்
யாவும் நீ
பதித்த கல்வெட்டுகள்

♦

சமாதானப்புறா

பல நேரம்
நம் சண்டைக்கு
சமாதான புறாவாக
அரை முழம்
மல்லிகை பூ

♦

ஆயுதம்

என்கோபத்தை
தணிக்கும் ஆயுதம்
நீ தரும்
நெற்றி முத்தம்

♦

நரம்பின் தூண்டல்

உன் தலையிலிருந்து
விழும் நீர்
துளிகள் என்
மேனியில்
விழுகையில்
உன்னை அணைக்க
தூண்டுகிறது
காதல் நரம்புகள்

♦

இதயத்துடிப்பு

நீ
நெருங்க நெருங்க
என் இதயத்தின்
துடிப்பு இரட்டித்து
துடிக்கிறதடா??

♦

தீரா காதல்

நீ சூடும் பூவில்
உந்தன்
தீராத காதலையும்
சேர்த்து சூட்டுகிறாய்

♦

என் வெட்கத்தின்
உச்சக்கட்டம்
உன்னால்
நான் தாய்மை
அடைவது தான்

♦

தூளாய் போ

ஏராள சண்டைகள்
போட்டாலும்
ஓர் போர்வைக்குள்
சென்றால்
கோபம் தூளாய்
போகிறது

♦

தாயாக நான்

நான் பெற்றெடுக்காமல்
குழந்தை வரம்
கிடைத்து இருக்கிறது
என்னவனாக
இறுதி வரை

♦

கண்ணாடியின் காதல்

நம் இருவரின்
காதலை பார்த்து
கண்ணாடியும்
காதலை
அள்ளி தருகிறது

♦

அறிகுறி

என் மெட்டியின்
சத்தம் உன்னை
அழைக்கும் மணி
ஓசை

♦

நினைவு

தாவணி நழுவியதை
கூட
தெரியாமல்
உன்னை நினைக்கிறேன்

♦

சிக்கி விட்டது மனது

உன் மீசை
முடியில் என்
மனசு சிக்கி
தள்ளாடுகிறது
மீண்டு வர
முடியாமல்
நானும் என் மனமும்

♦

காதல்தொண்டன்

எனக்கும் தொண்டன்
உள்ளான்
இம்சையும் காதலையும்
அள்ளி தர

♦

தாவணி வலம்

நான் தாவணி
அணிந்தது
உன்னிடம் மாலை
அணிந்து வலம் வரத்தான்
என் முந்தானையில்
இடம் நீ இருக்க தான்

♦

யுத்தம்

நம் இருமனங்களின்
யுத்தத்தில் வென்றது
பேரன்பு
என் மீது
நீ வைத்த அன்பும்
உன் மேல
நான் வைத்த அன்பும்

♦

எதிரும் புதிரும்

போதாத போத (வேணாம்)
இன்னும்
எதிரும் புதிரும்
ஆக உள்ளது
நமக்குள் யார்
காதலை செல்வார்கள்
என்று

♦

புதையல்

பூட்டிய என் இதயத்தை
திறவுகோல் கொண்டு
திறந்து
மீண்டும் பூட்டி விடு
உன்னை வைத்து...
அதிசய புதையல்
என்னிடமே இருக்கட்டும்
எனக்கு மட்டும்

♦

வரமாக நீ

இடைவிடாத
இந்த இடைவெளியிலும்
கூட உன்னை
பிரியாத வரம்
வேண்டும்

♦

காத்திருப்பின் சுகம்

பல வருடங்களாக
காத்திருக்கிறோம்
உனக்கான என் இதயத்தையும்
எனக்கான உன் இதயத்தையும்
தேடி நீயும்நானும்

♦

போதாத போதை

எவ்வளவு கொடுத்தாலும்
திருப்தி
அடையவில்லை
உன் இதழால்
தரும் ஈரங்கள்

♦

பிணைப்பின் இணைப்பு

உருண்டு புரண்டு
போடும் செல்லசண்டைகளில்
ஆயிரம் யுத்தங்கள்
நடந்தாலும்
என்றும் பிணைந்து
உடல்கொண்டு இணைந்து
இருப்போம்

♦

மறையும் வரை

என் கல்லறை
வரை நீடிக்க வேண்டும்
என தோன்றுகிறது
உன்னிடம்பேசி
கொண்டிருக்கும்
போதெல்லாம்

♦

காமமில்லா போதை

பேதை
எனக்கும் போதை
ஏறுகிறது
உன் இரு கண்களை
பார்க்கும்போது

♦

மலரும் பெண்மை

அரும்பாக இருந்த
என் பெண்மை
உன் உடல்
வியர்வை துளியால்
மலர்கிறது

♦

தொடங்கிய இடம்

என் இடையில்
தொடங்கிய உன்
விளையாட்டு
இதழில் முடிவடைகிறது

♦

உன் பாதத்திற்குள் நான்

நம் காதல்
நடைபாதையில்
நம் கால் பாதங்களை
பதித்து
உன் உலகில்
நான் மட்டும் வாழ்ந்திட
ஆசை

♦

அந்தி நேர குளிர்

குளிரில் வரும்
நடுக்கமும் நடுக்கத்தில்
வரும் துடிப்பும் துடிப்பின்
உனை அணைக்கும்
மோகமும் மோகத்தில்
உனை சேர்ந்தே வாழவேண்டும்

♦

வருகை

உன் வருகை
நோக்கி ஆவலாக
காத்திருக்கிறது நானும்
இதயமும்
என்று தான் தீருமோ
உன் மேல் நான் கொண்ட
காதல் மோகம

♦

தடுப்புச்சுவர்

இரு பாலங்கள்
போல நம்
கன்னங்கள்
சந்திக்கும் நேரத்தில்
இடையே தடுப்புச்சுவர்
உன் தாடி

♦

ரசித்த உரையாடல்

நீ அதிகமாக பயன்படுத்திய
mmmmmmm
என்ற எழுத்து கூட
அதிகமாக பிடிக்கிறது
நீ கூறுவதால்

♦

காலணி காதல்

என்னை போலவே
என் காலணியும்
உன் காலணியுடன்
சேர தேடுகிறது
பக்கத்து வீட்டு விசேஷங்களில்
நீ வந்திருப்பாய் என்று

♦

நீ விரும்பும்
bike ஐ
உன்னை விட
எனக்கு பிடிக்கும்
வேறு பெண்ணை
நினைக்காமல் உன்னை
என்னிடம் சேர்த்தது
அது தான்

♦

மடியில் நீ

என் மடியில்
தவிழ்ந்து விளையாடிய
முதல் பிள்ளை
நீ (உன்னுடன் நான்)

♦

ஜன்னல் தூது

உன் வருகையை
நோக்கி என்
ஜன்னலும் காத்திருக்கிறது
பைக்கின் சத்தம்
கேட் கையில்

♦

முடிவில் நான் தானடா

இரவில் பல
சண்டைகள்
பிறப்பது ஆணா பெண்ணா
என முடிவில் எதுவானாலும்
இறுதியில்
உன் காதல் எனக்கு
மட்டுமே (பெண்ணின் ஆசை)

♦

என் அசைவம் உன் இதழில்

ennathann
அசைவம் சாப்பிட்டாலும்
உன்இதழால்
தரும்
அசைவம் சாப்பிட்டால்
தான் பசி அடங்குகிறது

♦

விடியலில் நீ

ஒவ்வொரு விடியலின்
தொடக்கம் உன்
முகம் காண
வேண்டும்
என்பதே என்
ஆசை

♦

நினைவுபடுத்தியது அது

நானே மறந்தாலும்
என் அலைபேசி
கேட்பதில் உன்
பெயரே மறப்பதில்லை
enter password
என கேட்கும் போது

♦

தாக நீர்

என் அன்பின்
தாகம் உன்னிடம்
சேரும் நாளில்
இருந்தே
தொடங்குகிறது

♦

செவியின் சாரல்

எந்த குரலுக்கும்
செவி சாய்க்காத
போதும்
உன் பெயர் கேட்டாலே
ஆயிரம் முறை
திரும்பி பார்க்கிறேன்
நீ இருக்கிறாய் என்று

♦

இறந்தும் உன்னுடன்

உன் இறுதிவரை
இருப்பேன் என்று
கூற மாட்டேன்
என் உயிர் உள்ளவரை
உன்னை காப்பேன்

♦

உனக்கு தரும் நிரந்தர அன்பு

உன் தாயின் அன்பை
முழுவதும் தர
முடியாவிடிலும்
அவர்கள்இல்லையே
என்ற எண்ணம் வராத
படியான அன்பை
தரமுடியும்

♦

மகிழ்ச்சியின் உச்சக்கட்டம்

அழைப்பேசியை
பார்க்கும் போதெல்லாம்
என்னை அறியாமலே
சிரித்து விடுகிறேன்
நீ டி பெண்டாட்டி என்ற குறுஞ்செய்தி பார்த்ததால்

♦

திமிருடன் ஒரு மயக்கம்

என்னவோ தெரியவில்லை
நீ ஒரு முத்தம்
தந்தாலே ஒரு
புத்துணர்ச்சி எனக்குள்

♦

அறிந்து விட்டேன்

இரவு நேர உரையாடல்கள்
திருடியபோது
தெரியவில்லை
நீ தான்
உறக்கத்தை திருடிய
திருடன் என்று
தேடினேன்
அழைப்பேசியில்

♦

உணர்வின் மறுஉருவம்

நமக்கே தெரியாமல்
நம் இருவரின்
கால் கட்டைவிரல்
காதலை பரிமாறிக்
கொள்கிறது

♦

எங்கும் அலை

இதழ்களின்
ஓயாத நேரத்தில்
உடல்களும்
அலைபாய்கிறது

♦

நுகர்தலின் போதை

நீ இல்லா நேரத்தில்
என் துணை
நீ இருப்பது போல
உணர்த்தும் உன்
வாசம் உள்ள
சட்டை

♦

பூக்களில் ஒன்று

என் மௌனம்
உன் காதல்
வலையில் பூத்து
குலுங்குகிறது

♦

முத்ததின் விதம்

ஒவ்வொரு நாளின்
தொடக்கம்
எதிர்பார்க்காத உன்
முத்தம்

♦

முகப்பருக்கள்

அவன் குங்குமம்
இடுகையில் தடுமாறியதால்
சிதறிய குங்கும துகள்கள்
என் முகத்தில்
முகப்பருக்களாய்

♦

ஐயோ மறந்தே போனதே

ஒரு முத்தம்
தந்தால் போதும்
என்பதை மறந்து
தினமும் தோற்றுப்போகிறேன்
உன் பிடிவாதத்தை
நிறுத்துவதில்

♦

முதலிடம்

உனக்காக காத்திருப்பு
பட்டியலில் என் வீட்டு
ஜன்னல் முதலிடம்
உன் வருகையை
காண

♦

நீ நான் என்கிற இரகசியம்

எவரும் அறியாத
ரகசியங்கள் உன்
மனதில் நான்
என் மனதில் நீ

♦

ஜோடிகள்

மணவறையில்
நமக்கே தெரியாமல்
ஓர் ஜோடிகள்
சேர துடிக்கிறது
நம் சுண்டு விரல்கள்

♦

நெருங்யதின் தாக்கம்

நீ நெருங்கும் போது
என் மேனியில்
மழைத்துளியாக
வியர்வைத்
துளிகள் ஊருகிறது

♦

தீண்டிலில் கூச்சம்

கூச்சமே தெரியாமல்
இருந்த எனக்கு
உன் ஒரு விரல்
தீண்டலில் உணர்ந்தேன்

♦

சிக்கி விட்டது

எவ்வளவோ
முயன்றேன் என்
தாவணியில் சிக்கிய
உன் மீசை முடியை
எடுக்க மீசையின்
காதல்

♦

திருமணம்

உன் மதியால்
வீழ்ச்சி உனக்குள்
முழுமையாய் நுழைய
வைத்த நாள்

♦

விழிகள் பேசும்

நீ நான் நாம்
பேச வேண்டியதை
நமக்கே தெரியாமல்
இரு விழிகள்
பேசுகிறது
நம்மை அறியாமல்

♦

அடிமை ஆனேன்

என் கழுத்தினிடையில்
தரும் ஒற்றை
முத்தத்திற்கு
நான் என்றும்
அடிமையடா

♦

சாபவிமோசனம்

நான் என நினைத்து
உன்னிடம்
சாபவிமோசனம்
பெற்றது என் வீட்டு
சுவர்கள்
முத்தங்களால்

♦

மாறா குணம்

தினமும் மாறா
ஒன்று
உன் பரிசம்
என்னுள் இருப்பது

♦

உன் முகம் நகல்

உன்னை நகல்
எடுக்க முடியாது
என நினைத்தேன்
பின்பு தான் தெரிந்தது
உன்னைநகல்
எடுத்துவிட்டேன் என்று
உன்போல் நம் குழந்தை

♦

கற்ற இடம் எதுவோ ?

எங்கு தான்
சென்று கற்றார்
அணைத்தே கொல்லும்
வித்தையை மீளவே
மூடியவில்லை

♦

தஞ்சம் அடைந்தது

எத்தனையோ
போராட்டங்களுக்கு பின்
தஞ்சம் புகுந்தது
உன் மீசையின் மேல்
ஒற்றை வெள்ளை முடி

♦

அறியவில்லையே

மென்மையான கைகளால்
மெல்லிடையினை
தடவுவதில் மெய்மறந்து
போகிறேன் மெய்
என அறியாமல்

♦

குறும்பின் இரசிகன்

நான் சொல்ல
வருவதை புரிந்தும்
புரியாமல் நான்
போடும் சண்டைகளை
ஏற்று குறும்புகளை
ரசிப்பவன்
நீ ஒருவன் தான்

♦

சொர்க்கத்தின் இரகசியம் மண்ணுலகில்

ஓயாமல் அலுவலக
வேலை பார்த்த
அவன் கைகளுக்கு
மாதத்தில் ஒருநாள்
சொர்க்கத்தில் வேலை
செய்கிறான்
அவன்வாங்கி கொடுத்த
மல்லிகையை சூடுகையில்

♦

கலைக்கும் ஆயுதம்

என் மௌனத்தை
கலைக்கும்
மந்திர ஆயுதம்
உன் இதழின் முத்தம்

♦

மீளவில்லை

நான் இன்னும்
மீளவில்லை உன்னை
நேருக்குநேர்
பார்த்ததால் ஏற்பட்ட
தாக்கம்

♦

அவனின் அவளாக

அவனின் அவளாக
வாழ்ந்த நான்
இறந்த பின்
அவனுக்குள்அவளாக
வாழ்வதே எனது
ஆசை

♦

நினைப்பே நீ தான்

கோபத்தில் என்
இடை மடிப்பில்
உள்ளசேலை ஆவிழ்ந்ததால்
உரையாடலில்
நீ கேட்பதுண்டு எந்த
நினைப்பில் இருக்கற
என்று அந்த நினைப்பே
நீ தான் என்றுசொல்ல
உதடு துடிக்கிறது

♦

இறுதி

மரணம் இல்லாமல்
வாழ ஆசை
உன் இதயத்தில்

♦

வார்த்தையில் ஒரு இறுக்கம்

என்னை இறுக்கமாக
அணைத்துகொள்
என்று
அவன் சொன்னாலே
உச்சி முதல்
பாதம் வரை
சிலிர்க்கிறது

♦

குறையுதோ இல்லை அதிகமாகுதோ

நம் வீட்டு
நாள்காட்டியில் நாட்கள்
குறைய குறைய
ஆசைகள் கூடுகிறது
காதலை குறைத்துவிட
கூடாது என்பதால்

♦

காமம் இல்லா பைத்தியக்காரி

ஆம்... நான்
பைத்தியக்காரி தான்
கத்தி கத்தி
சண்டைகள் போட்டுவிட்டு
தெரிந்தே இளைப்பாற
உன் இதழ்களை
தேடுகிறேன் அல்லவா நான் பைத்தியக்காரி தான்

♦

இரண்டும் ஒன்றுதான்
உன் மூச்சுக்காற்றை
உள் வாங்கி வாழும்
தருணமும் காதலை
உணரும் தருணமும்
வேறில்லை எனக்கு

♦

காதல் யுத்தம்

நானும் தோற்றவள்
அவனுக்கும் எனக்கும்
நடந்த யுத்த
காண்டத்தில்...
கட்டில் யுத்தத்தில்

தெரிந்தே தோற்றேன்

உன் காதலுக்கு
முன்னால் நான்
தோற்றுபோனேன்

என் சுமையை
குறைக்க உன்
சுமையை ஏற்றிய
போது தடுக்காமல்
தோற்றேன்

♦

பிணியே வேலையாகவிட்டது

இது என்ன வியாதியா???
இருந்தும் தொலைவது போல் மீண்டும்
தோன்றுகிறாய்
விழி முன்னே

♦

மொட்டைமாடி காதல்

தத்து பிள்ளைகள்
உச்சிவெயிலில்
காயும் மொட்டைமாடிக்கு
நம் இருவரால்
குளிர்ச்சி அடைகிறது
இரவில்

♦

வைட்டமின்கள்

நானும் சத்தான பெண்
ஏன்னென்றால்
காதல் வைட்டமின்கள்
அதிகமாகவே
பருகிவிட்டேன்

♦

சொர்க்கம்

உன்னுடன் இருப்பதே
சொர்க்கம் தான்
அதை விட ஒவ்வொரு
மாதத்தில் வரும்
மூன்றுநாட்களில்
வாழ்க்கை
இன்னும்சொர்க்கமாய்
தெரிகிறது
உன் அரவணைப்பில்

♦

காதல் சூத்திரம்

உனக்கே தெரியாமல்
தினமும் ஒரு
சூத்திரத்தை சொல்லிக்கொண்டே
இருக்கிறேன்
ஐ லவ் யூ

♦

நம்பிக்கை

உன்
ஒருவனிடமே
வளைந்து கொடுக்கும்
தன்மை எனக்கு உண்டு
என்பது நீ அறிந்ததே????
அதற்கு நான் வைத்த
நம்பிக்கை தான்
என்று நீ அறிவாயா??

♦

மறைத்ததால் விளைவு

இது என்னடா நியாயம்???
உன் பிரியத்தை
என் புடவையில்
மறைத்ததுக்கா
என் மீது கோபம்
கொள்கிறாய் உன்னுடயது
என்றும் உனதே...

♦

நிமிஷம் ஓடுகிறது

அடுத்த நிமிஷம்
நிச்சம் இல்லா இவ்வுலகில்
என்னை விரைவில்
மணந்து கொள்

♦

ஆங்காங்கே பதுங்கியது

உன்னை பார்த்த
பதட்டத்தில் என்
வியர்வை துளிகள்
கூட அங்கங்கே
இடம் தேடி பதுங்கி
கொள்கிறது

♦

செயல்படுத்த வேண்டிய கவிதை

தினமும் அடிக்கோடிட்டு
இட்டு வருகிறேன்
நான் படித்து ரசித்த
கவிதைகளை நீ
வாசித்து என்னிடம்
செயல்படுத்தவேண்டும்
என்று

♦

ஆராய்ச்சியில் ஆச்சரியம்

இன்னும் எந்த
ஆராய்ச்சி துறையும்
கண்டுபிடிக்க முடியவில்லை
உன் விழியில் உள்ள வேதியியல் மாற்றத்தால்
பாதிக்கப்பட்டவர்களின் எண்ணிக்கை அதிகம் என்று

♦

நிரம்பாத பல படிவம்

தினமும் தோட்டத்தில்
நிறைய
விண்ணப்ப படிவங்கள்
நிரப்பாமலே என்னிடம்
வந்து சேருகிறது
நம் வீட்டு பூக்கள்
நீ தொடாமல்

♦

அகதி ஏக்கம்

அகதியாகவே இருந்து விடுவேனோ??
நீ பேசாதே என்று
சொல்லும் போது
ஏனென்றால் அந்த
சில விநாடி கூட
வரும் காதலை
அனுபவிக்க முடியாதா
என்ற ஏக்கம்

♦

விழியின் நடனம்

நம்மை சுற்றி
அனைவரும் சூழம் போது
விழிகள் கூட
கதகளி ஆடுகிறது
உன்னை காண

♦

உயிர் பிழைத்தது எப்படி காகிதம்

உயிர் இல்லாதது கூட
உயிர் பெற்றுவிடுமோ???
கையொப்பம் இடுகையில்
காகிதம்

♦

புலம்பலால் அணைப்பு

இரவில் நீ புலம்வது
இம்சையாக இருந்தாலும்
அதன் அழகை என்னவென்று
சொல்வது என அறியாமல்
அணைத்து கொள்வதே அழகு

♦

சாலையோர உரையாடல்

உடல் சேரா விடிவிலும்
நிழல்கள்
கதைக்கின்றன
நாம்செல்லும்
சாலையில்

♦

பிறப்பிடம்

ஆசை,காதல், இன்பம்,
துன்பம்,நிம்மதி
இவற்றிற்கு பிறப்பிடம்
ஒன்றே
உன் மார்பில்
உறங்குவது

♦

தெரிந்தே வந்தேன்

நீ என்ன புதைக்குழியா????
இழுத்து கொண்டே
போகிறாய் உன் ஈர்ப்பால்
முழுவதுமாய் இழுத்து விடு
காதலின் ஆழத்தை
பார்த்து விடுகிறேன்

♦

மொழியின்றி யுத்தம்

கத்தியின்றி ரத்தமின்றி
கூட யுத்தம் புரியலாம்
என சொல்லுகிறது
உன் மோக பார்வை

♦

நான் அறிந்ததே

வெளியே வீரன்
ஆனாலும் உனக்குள்
குழந்தை குணம்
உள்ளதை நான் மட்டுமே
அறிந்தது

♦

சுகம்

உந்தன் கரடுமுரடான
ராவண காதல் கூட
எனக்கு சுகமே

♦

வளரும்

தேய்பிறை போல
தேய்தாலும் வளர்பிறை
போல வளரும்
நம் காதல்

♦

மனதின் குமுறல்

பார்க்காத போது
மனத்தின் குமுறலை
கொஞ்சம் கண்ணீர்
சேர்த்து காதலையும்
உன் மார்பில் சாய்ந்து
வெளிப்படுத்த நினைக்கிறது
இந்தபாழாபோன மனசு

♦

அமைதியான இடம்

இரவில் பல
கலவரங்களுக்கு
பின் கூட அமைதியான
உறக்கம் எந்தன்
கால்மேட்டில் நீ

♦

ராணுவக்காதல்

வீழ்வான் எனத்
தெரிந்தும்
உனக்குள்ளும்
உன்னதமான காதலை
வித்திடுவேன்

♦

உன்னுடன் வாழ்ந்த
நாட்களை விட
உன் வியர்வை
சிந்திய உடையுடன்
வாழ்ந்ததே அதிகம்

♦

உன் நினைவுகளை
திரையாக காட்டுகிறது
நீ கழற்றி விட்டு சென்ற சட்டை

♦

நீ அனுப்பும் கடிதம்
ஏடிஎம்ல்
தினமும்பணம்
எடுத்ததின் குறுஞ்சிசெய்தி
எனக்கு அளவற்ற
மகிழ்ச்சி

♦

உன் தாய் நாட்டை
நேசிக்கும் அளவிலே
என்மீது இருக்கும்
காதலையும் சேர்த்து
சுமக்கிறாயே

♦

நாட்கள் கடப்பதே
தெரியவில்லை
இருந்தும் அதிகரிக்கும்
உன் மீதான காதல்

♦

நீ நாட்டின் எல்லையில்
நானோ உன்
இதயத்தின் எல்லையில்
உனை காக்க

♦

உன் வீரமிக்க நடையும்
மீசையும்எந்தன்
வீட்டு விருந்தாளிகள்

♦

என்னை காண வரும்
அந்த ஒருநாள் விடுப்புக்காக
தினமும் கண்கள்
வாசல்படியில்
அலைமோதுகிறது

♦

நீ அணைக்கின்ற
இன்ப தருணத்தில்
துப்பாக்கி குத்துகிறது
என்று சொல்ல நீயோ
பொறுத்துக்கொள்ளடி என்று
சொல்கையில் கூட
அழகு தானடா

♦

நெடுந்தூரம் இருந்தும்
இணைகிறது
ஈர் இதயம்
நினைவுகளில்

♦

ஸ்பரிசம்

என் ஸ்பரிசத்தை மறந்து
உன் இதழால்
உன் ஸ்பரிசத்தை
செலுத்தி விட்டாய்

♦

விலகி விலகி
சென்றாலும்
ஒட்டிக்கொள்கிறது
உன் நினைவுகள்

♦

பார்ப்பதற்கு தடுமாற்றம்

தொலைவில் கண்டு
நெருங்க நினைக்கையில்
ஏதோ தடுமாற்றம்
மனதில்
சுற்றும் முற்றும்
பார்த்து விடுவார்களா
என்று

♦

இரவின் காதலர்களாக
நம் அறையில் ஏதோ ஓர் மூலையில்

உன் வேட்டியும்
என் சேலையும்
கிசு கிசு என்று
பேசிக்கொண்டிருக்கிறது
நம் காதலை அடுத்த
கட்டத்திற்கு கொண்டு செல்ல

♦

மெய் பொய்
இன்பத்தில் உன்
நினைவுகளை நினைத்தாலும்
நிஜத்தில் உன்
இதழால் அழைத்து
அணைக்கமாட்டாயா
என்ற ஏக்கம் எனக்குள்

♦

வாசம் நீ

உன் வாசனை
தீண்டும்படி
உன் அருகில்
நான்
பைக்கில் செல்கையில்

♦

கேமராக்கள்

ஓடவும் முடியவில்லை
ஒழியவும் முடியவில்லை
ஆயிரம் கேமராக்கள்
போல உன்
நினைவுகளே வாட்டுகிறது
என்ன பண்ண

♦

பற்றியது

உன் பற்றிய விரல்களில்
என் விரல் பற்றும் படி
ஓர் பயணம் அந்த
கடற்கரை ஓரம்

♦

உன் விரல்
காதோரம் தழுவ
என் நாணம்
உன்மார்பில் நழுவி
காதல் நெஞ்சாங்குழியில்
பற்றுகிறது

♦

பலம் பலவீனம்

என் பலமும்
பலவீனமும்
என்றுமே
உன் விழிகள்
தான்

♦

உறக்கம் கலைக்கும் தீர்த்தமா

என் கருங்கூந்தலின்
வழியே சிந்தும்
நீர்துளிகள்
உன் காலை நேர
உறக்கத்தை கலைக்கும்
மாயத்துளிகள்

♦

மாத கடைசி

மாத கடைசியில் என்னுடன்
சேர்ந்து சிறு போதை
இருவரின் காதல்
போதைக்கு இடையில்
கொஞ்சம் மெருகூட்டுகிறது
மது கிண்ணங்கள்

♦

ரசித்து வாழ்வது

தொலைவில் இருந்து
பார்ப்பதால் என்னவோ
இன்னும் அதிகமாக
பார்க்க தோன்றுகிறது
உன் கள்ளச்சிரிப்பு

♦

பெயரால் தரிசனம்

என் இதழோர
புன்னகைக்கு
தரிசனம்
உன் பெயர்
கூறுவது

♦

காதல் நரம்புகள்

என்னவென்று சொல்வது
உன்னை பார்த்த
மகிழ்ச்சியில்
அத்துமீறி உணர்வைகள்
வெளிப்படுகிறது

♦

மாயக்காரன்

தினமும் புது புது
காதல் வலைகளை நெய்து
என்னை விழவைக்கிறாய்
தெரிந்தே விழுகிறேன்
நீ இருக்கிறாய் என்ற
நம்பிக்கையில்

♦

பயம்

என்னை தொந்தரவு
செய்வதில் தான்
மகிழ்ச்சி என்றால்
செய்து கொள்
ஆனால் நான் தொந்தரவு
என எண்ணி
விடாதே
அதிக தீண்டல் என்பது

தென்றல் வந்து
தீண்டியதை
விட உன் மூச்சுக்காற்றே
அதிகம் தீண்டுகிறது

♦

கழுத்திலிடை வேண்டுதல்

ஒவ்வொரு முறையும்
நீ என் கழுத்திலிடையில்
முத்தம் இடுகையில்
நீ எனக்கு என்றும்
வேண்டும் என
தோன்றுகிறது

♦

வித்தை

ஒரு முத்தம் கேட்டால்
அலையாதேடா என்று சொன்னாலும்
அதற்கு அலையவிடாதே டி
என்று நீ சொல்லும் வார்த்தையில்
விழுந்து விடுகிறேன்
அதே நேரத்தில்
முத்தத்தை வாங்கி விடுகிறாய்
என்ன செய்ய நான்...

♦

ஒரு பார்வையின் தாக்கம்

ஒரு பார்வை
தானடா பார்த்தாயா?
அதற்கே ஒரு
வேலையை கூட
நிலையாக பார்க்க
முடியவில்லை
உன் விழியின் தாக்கம்

♦

இலஞ்சம்

இது என்ன புதிதாக
இருக்கிறது
எனக்காக சிறு வேலை
செய்ய லஞ்சமாக
முத்தத்தை கேக்குறாயடா....
பின் நான் எப்படி
வேலை செய்வது

♦

மாயை

எதார்த்தமாக
வாசலை எட்டிப்பார்த்தாலும்
உன் வருகையின்
சாயலை
உணர்கிறேன்

♦

முதல் காதல்

இன்னும் காதலித்து
கொண்டிருக்கிறேன்
நீ பார்த்த அந்த
ஒரு பார்வையினால்

♦

இப்படியாவது கொல்

என் எதிர்ப்பார்ப்பு
எல்லாரும் உன்
அரவணைப்பாலே என்னை
கொல்ல வேண்டும்

♦

ராஜ்ஜியக்காதல்

என்னை அடக்கி
ஆள உன்
காதல் ராஜ்ஜியம் போதும்

♦

பேருந்து தீண்டல்

பேருந்தில் கூட்ட
நெரிசலில் கூட
உன் விரல் தீண்டாது
என்ற நினைப்பிலே
பல பயணங்கள்
தொடர்ந்தது
எனக்கு அருகையில் நிற்கையில்

♦

7வது சுவை

உன்னுடன் இருக்கும்
போது உந்தன்
இதழோடு
இதழ் சேர்த்து
அருந்தும் சுவையை
விட வேறு எதுவும்
தந்துவிடாது

♦

பலமுறை ஒத்திகை

உன்னிடம்
ஒருமுறை பேச
பல முறை
கண்ணாடி முன்
நின்று ஒத்திகை
பார்க்கிறேன்

♦

முறையீடு

நீயும் ஒவ்வொரு
முறையும்
முறையிட்டு தான்
வருகிறாய்
ஏனோ தடுக்கிறது
என்னை நாணம்

♦

நினைத்தே நேரம் கடக்கிறது

உடலின் உஷ்ணம்
தணிக்கும் உன்
அணைப்பை எப்படியாவது
கிடைக்க வேண்டும்
என்று நினைப்பதிலே
நேரம் போய்விடுகிறது

♦

முடியவில்லை

உன் விழியின்
பிடியில் சிக்கியதால்
என்னவோ இன்றுவரை
மீளவும் முடியவில்லை
நினைக்காமலும் இருக்க
முடியவில்லை

♦

உன் வசம் தந்தேன்

என் வசம் இருந்ததை
ஒரே இரவில்
உன் வசம்
ஆக்கி கொண்டாய்
என் நெற்றியில்
இருந்த ஒற்றை பொட்டு
உன் கன்னக்குழி இடுக்கில்...

♦

யுத்த களம்

இதமான குளிரில்
என் இதழால்
உன் இதழை வருடி
தேகங்கள் தீண்டி
நம்மை அறியாமல்
போர்வைக்குள் யுத்தம்

♦

படபட காதல் குளிர்

பனி விழுந்தால்
கூட வரும் குளிரை
தாங்கிக்கொள்வேன்
ஆனால் நீ நெருங்கினாலே
குளிருடன் சேர்ந்து
நடுக்கமும் வருவதால் தாங்க
முடியவில்லை

♦

உன் கோபம் என் வார்த்தையில்

என்னதா என்
முன்னாடி கத்தி
சண்டை போட்டாலும்
நா **மாமா** னு கூப்பிட்டா
அப்படி ஒரு சமாதானம் ஆகி
வெக்கப்படுறடா நீ

♦

எனக்கும் பயமா இருக்கும் அல்லவா

உன்னை இன்னும்
அலைய விட வேண்டும்
என்று நினைப்பதுண்டு
என்ன பன்ன என்னை
அலைய விட்டு விடுவாயோ
என்ற பயம் கொஞ்சம்

♦

மறதி

பலதடவை நீ
என நினைத்து
தலையணையை
கட்டி பிடித்து
கொள்கிறேன்

♦

தெரிந்தும் சொல்லா நிலைமை

உங்கள் அம்மா
எப்பபாரு திட்டுறாங்கடா
என்று உன்னிடம்
சொல்ல முடியும்
அதற்கு நீ செய்யும்
இம்சைகளால் தான்வேலை
செய்யவில்லை என்று
எப்படி சொல்வது
உன் அம்மாவிடம்

♦

காற்றின் தம்பியாநீ

என் சேலை
காற்றடித்து நழுவியதை
விட உன்னால
நழுவியதே அதிகம்

♦

இதழில் முடிவு

சிறு விளையாட்டில்
இடுப்பில் தொடங்கி
சோர்வையடையாமல்
மீண்டும் பசிக்காக
இதழை வந்தடைகிறாய்

♦

அறிந்தவன் நீயே

என்னிடம் உள்ள
மச்சங்களை கணக்கு
எடுக்கவில்லை
என்றாலும் எங்கெங்கு
உள்ளது என
அறிந்தவன் நீதானே

♦

செல்ல கூச்சல்கள்

நீ தொட்ட
இடமெல்லாம்
உணர்கிறேன்
காமம் இல்லாத
கூச்சங்களை

♦

ஊடல்

இரவின் தேடல் ஊடல்
விடிந்த பின் தேடல்

♦

செயல் இழந்து விட்டேன்

உன் விரல்
தீண்டலில்
என் மேனி
செயல் இழந்து போனது
நமக்கென
இருக்கும் இரவில்

♦

மார்பின் வழியே இதயத்துடிப்பு

என்னை விட
அவனே என்
இதயத்துடிப்பை
அதிகம் அறிவான்
என்னை இழுத்து
என் மார்பில் தலை
வைத்து தூங்கும்போது

♦

மௌனவிரதம்

அடிக்கடி என்னை
மௌன விரதம்
இருக்க வைக்கிறாய்
நீ ஓயாமல்
தரும் முத்தங்களால்

♦

பறிப்பதில் ஒரு விதம்

கண் சிமிட்டும்கணமே
என் உறக்கத்தை
பறித்து விடுகிறாய்
கனவில்

♦

எல்லை கோடுகள்

நீ என்னிடம்
விளையாடும் விளையாட்டில்
மாதத்திற்கு ஒரு
மூன்று எல்லை கோடுகள்

♦

மறதி

அலைப்பேசியில் எப்பொழுதும்
உன் புகைப்படத்தை காண
உன் பெயரை தட்டச்சு செய்து பார்ப்பதுண்டு(whatsapp)
சேமித்து வைத்த பெயரில்
மறந்து போய் வேறு வலைத்தளத்தில்(instagram)
அந்த பெயரையே மறந்து
போய் தட்டச்சு செய்து விடுகிறது கை

♦

வடு

பெண் ஒருவனை
பல வருடங்கள் ஆனாலும்
எதோ ஒரு நினைவு
அவனால் ஆறாத வடுவாக
மாறி விடுகிறது அவளுக்குள்

♦

இன்றும் ஆச்சரிக்குறி

இன்னும் நீ என் காதலுக்கு
பதில் அளிக்காமலே ஆச்சரியக்குறியாகவே
உள்ளது வருடம் வருடம் பதில்
தேடிக்கொண்டே இருப்பதால்

♦

வாக்குவாதம்

ஒரு சில விஷயங்களில் உறவுகளிடையே
வரும் எதிர்பாராத வார்த்தைகள்
கூட காதலின் மதிப்பை
குறைத்து விடுகிறது

♦

வாக்குவாதம்

இரவெல்லாம் உன் உதட்டோரம்
வாழ எனக்கும் உன் இதழுக்கும்
வாக்குவாதம் ஆகிறது

♦

திமிரு

சற்று அதிகம் தான் உன்மீசைக்கு
நான் கட்டி அணைக்கும் போதெல்லாம் குத்துகிறது

♦

ஆயுள்

தினமும் காலையில் கட்டில் கட்டி அணைத்து முத்து
இடுவதாலோ இன்னும் ஆயுள் கூடுகிறது உன்
இதயத்துக்குள்

♦

சேலையின் திருடன்

பகலில் கட்டி விடுவது போல
இருந்தாலும்
இரவில் அதை கலைத்து
விடுகிறாயடா திருடா

♦

மறக்க முடியாதவை

முதல் சந்திப்பு
முதல் பார்வை
முதல் ஸ்பரிசம்
முதல் அழைப்பு
முதல் முத்தம்
முதல் சண்டை
முதல் பிரிவு

♦

புன்னகை

பல நாள் கழித்து
நமக்கு பிடித்த ஒருவரை ஒருவருடன் பார்க்கும்
நொடியில் கண்ணீருடன் சேர்த்து புன்னகைத்து
விடுகிறேன் எனக்கு பிடித்த ஒன்று அருகில் இருந்தும்
அணைக்க முடியவில்லை என்று

♦

திடீர் சந்திப்பு

என்றாவது எதர்ச்சியாக சந்தித்த போது அவனுடன் சில மணித்துளிகள் சேர்ந்து நடக்கும போது பல மைல் தூரம் நடப்போமா
என்ற எண்ணத்தை விதைத்தது உன்னுடன் சேர்ந்து சாலையை கடந்த அந்த திடீர் சந்திப்பு

♦

ஜன்னல் ஓரம்

பேருந்து பயணிப்பதில் அதிகம் ஜன்னல் ஓர இருக்கையை நோக்கியே நகர்கிறது கால்கள்
உன் ஊர் கடக்கையில் கண்கள் உன்னை தேடி நகர்கிறது

♦

பயம்

ஆயுளை குறைக்கும் என தெரிந்தும் நீ சிகரெட் பிடிப்பது
என் ஆயுளை குறைத்து விடுமோ என்ற பயம் அந்த
சிகரெட்களை பார்க்கும் போதெல்லாம்

♦

அது கொஞ்சம் இது கொஞ்சம்

கொஞ்சம் கிறுக்குத்தனமும்
கொஞ்சம் முரட்டுத்தனமும்
உன்னிடம் இருந்தாலும் என்னிடம்
எதிரொலிப்பது காதலாக தான்

♦

வதைக்கிறது

நீ பேசாமல் இருப்பது கூட பெரியதாக தெரியவில்லை
ஆனால் அதனாலேயே உன்னை
இழந்து விடுவேனா என்ற பயமே அதிகம் வதைக்கிறது

♦

தாக்கமா?ஈர்ப்பா ?

எல்லா ஆண்களை போல உன்னை பார்க்கமுடியவில்லை
அது எதுவென அறியும் முன்னே என் மனத்திற்குள்
உந்தன் முகம்
பதிந்துவிட்டது

♦

அதிசய பிறவி

இதயம் ஒரு நிமிடத்துக்கு 72 முறை துடிக்குமாம்
எல்லாரும்
சொன்னார்கள் நானோ இல்லை பல மடங்காக துடிக்கிறது
எனக்கு என்றேன் உன்னை எதிரே பாரத்தபோது
அதற்கு நீ என்ன அதிசய பிறவியா என சொல்லி
சிரிக்கிறார்கள் என் தோழமைகள்

♦

அடையாள சின்னம்

நம் காதலுக்கு எது அடையாள சின்னம் என
நினைக்கையில் முதலில் நினைவிற்கு வந்தது
எப்பொழுதெல்லாம் உன்னை பார்ப்பனோ
அப்போதெல்லாம் எழுதிய கவிதைகளை உள்ளடக்கிய
டைரி தான் என நினைத்து கொண்டேன்

♦

அவனின் நினைவு

என்னதான் ஒருவரின்நினைவுகளுக்கு முற்றுப்புள்ளி வைக்க நினைத்தாலும் ஏதோ ஒரு தடுமாற்றத்தால் அதைதொடங்குகிறோம்

♦

யாரோ ஒருத்திக்கு உன்னை விட்டுக்கொடுக்க தெரிந்த எனக்கு
உன் நினைவுகளை விட்டுக்கொடுக்க முடியவில்லை

விட்டு விலகவும் முடியவில்லை

♦

தேடல்

தினமும் உனக்கான என் காதலை எழுத புது புது
வார்த்தைகளை
தேடிக்கொண்டே இருக்கிறேன்

♦

கணமும் ரணமே

இல்லை என்று சொல்வதற்கும்
ஆம் என்று சொல்வதற்கும்
ஒரு கணம்போதும் ஆனால்
அவ்விரண்டிலும் வரும் ரணம் வெவ்வேறு சுகங்களையும்
வலிகளையும் வெவ்வேறானவையாக
தருகிறது

♦

காற்று புகா இறுக்கம்

உன் நினைவு எப்பொழுதெல்லாம் தோன்றுகிறது
கிடைப்பது எல்லாம் ஒன்று தான் உன்னை காற்று புகா
வண்ணம் இறுக்கி அணைத்து கொள்ள வேண்டும்
என்பதே

♦

பெண்ணின் மனம்

தன் மேல் அன்பு இல்லாதவரின் அன்பையே தெரிந்தும்
எதிர்ப்பார்த்து கொண்டிருக்கும்

♦

நேசிப்பு

உன்னால் காயத்தை நேசித்தேன்
தனிமை நேசித்தேன்
இதனாலே அதிகமாக
உன்னையே நேசித்தேன்

♦

உன் முகம்

யாரவது என்னை யாராவது காதலித்து இருக்கிறீர்களா
என கேட்டால்

முதலில் நினைவுக்கு வருவது இது தான் காதல் என
உணர வைத்த உன் முகமும் நாம் சந்தித்த அந்த இடமும்
தான்

♦

பலவருடங்கள்

பல வருடங்களுக்கு பின் சந்திக்க போகிறோம் என ஒரு ஆசை இருந்தாலும் எங்கே என்னையறிமால் பார்த்து அழுது விடுவேனோ என்ற பயமும் சேர்த்து அதிகம் கொல்கிறது உன்னை காணவருவற்கு முந்தய நாள் அன்று

♦

நினைத்தேன்

இத்தனை வருடத்தில் நீ ஏன் என்னை காதலிக்கவில்லை என்று யோசித்துக்கூட பார்க்கவில்லை ஆனால் நான் ஏன் நிறைவேறாது என தெரிந்தும் ஏன் உன்னை பார்த்தேன் என நினைத்தது தான் அதிகம்

♦

எல்லை வரை நீ

உன்னை காதலித்தபோது தான் தெரிந்து கொண்டேன்

ஒருவரின் மேல் வைத்த பைத்திக்கரமான காதல் எந்த எல்லை வரை கூட எடுத்து செல்லும் என்று அது இந்த கவிதைகளை போல பல கவிதைகளை எழுத வைக்கலாம் இல்லை மரணம் வரை கூட கண்டுகொண்டு செல்லலாம்

♦

எதன் பிழையோ

உன்னை பிடித்ததாலோ தினமும் உன் அழைப்பை எதிர்ப்பார்க்கும் விழிகளின் பிழையா ????

இல்லை கிடைக்கமாட்டாய் என சொன்னாலும் புரியாது நினைக்கும் மனதின் பிழையா???

♦

பார்த்ததால் வந்த மயக்கம் பின் நமக்குள் இருக்கும் நெருக்கம்

நம் தோலில் சுருக்கும வரும்

வரை இருக்க வேண்டும்என்பதே

என் விருப்பம்

♦

புரிய வைத்தது புரிந்தது

அதிகமாக நினைத்த ஒன்றை அதை அதிகமாக நினைக்கக்கூடாது என்று இருப்பின் அதையே மனம் அதிகம் நினைத்து அழவும்

வைக்கிறது நினைத்ததை ஏன் எதற்காக என்று புரியவும் வைக்கிறது

♦

கற்பனை

அவளுக்கு அவன் மேல் காதல் உண்டு அவனுக்கும் காதல் உண்டு ஆனால் அவனது காதல் என்பது அவள் நினைத்த ஒவ்வொரு கற்பனையில் மட்டுமே அவனை இன்னும் காதல் செய்ய வைக்கிறது அவள் நினைத்த கற்பனை காதல்

♦

கவிஞன்

அவனின் ஒவ்வொரு அசைவில் கண்டு அவனின் ரசிகை ஆனேன்

அதை பின்னாளில் அவனிடம் ரசித்த செயலை வர்ணிக்கும் கவிஞன் ஆனேன்

♦

நீரோட்டம்

என் மீது காதல் இருக்கா என்று அவன் கேட்க நானோ இல்லை என்று முகம் சுழிக்க பொய் என அறிந்த அவன் தீடீரென என் இதழ் வழியே காதல் நீரோட்டம் பார்க்க ஆரம்பித்து விட்டான்

♦

ஆண்

நீ உன்னை நம்பும் பெண்ணிற்கு வார்த்தையாலும் மனதாலும் தாயாக இருப்பதை செயலில் இருந்து பார் அவள் என்றுமே உனக்காக உன் வசம் மட்டுமே

♦

யார் யாரோ ?

நான் ஒவ்வொரு கவிதைகளையும்
எவர் எவரோரின் கண்கள் வாசித்து அவர்களில் காதலில்
வாழ்கிறார்கள் உன் கண்களில் என்று தான் தென்படுமோ
உனக்கு என் கவிதை

♦

தோன்றியது

தெருவோர கடைகளில் தொங்கவிடப்பட்டுள்ள
சட்டைகளை பார்க்கும்போதெல்லாம் தோன்றுவது
அவனுக்கு இது நல்லா இருக்குமா இல்லையா என்று

♦

கனவில் விமர்சனம்

கனவுக்குள் வரும் உன் நினைவுகளை ஏன் வந்தாய் என
விமர்சித்தால் எளிதாக உன் பெயரை சொல்லிவிட்டு
செல்கிறது என் கஷ்டத்தை அறியாமல்

♦

பிடித்தவர்களின் விழிகள் தராத போதையும் இல்லை
பேதை ரசிக்காத விழிகளும் இல்லை.

உனக்குள் நான்
எனக்குள் நீ
நமக்குள் நாம் மட்டுமே

எனக்குள் நீ ஆசையுடன் கூடிய வலி நீ

காத்திருக்கிறோம்
நானும் உனக்காக எழுதிய
இப்புத்தகத்தில் உள்ள இக்கவிதைகளும்

www.ingramcontent.com/pod-product-compliance
Lightning Source LLC
LaVergne TN
LVHW100332181026
850499LV00039B/1050
* 9 7 8 9 3 9 1 4 2 3 3 2 2 *

NGUYEN VAN NGHI

Elementos de DIAGNÓSTICO en Medicina Energética China

Preámbulos: Fermín Cabal

Traducción: Roberto Castell

MANDALA
EDICIONES

ELEMENTOS DE DIAGNÓSTICO EN MEDICINA ENERGÉTICA CHINA

Maquetación: Torre, S. L.
Imprime: Ulzama

ISBN: 978-84-8352-884-6
Depósito legal: M-27013-2013

ÍNDICE

PREÁMBULO

DIAGNOSTICAR y pronosticar son dos términos fundamentales para los profesionales de la salud cuya importancia no se nos escapa, ya que para establecer una terapéutica adecuada es preciso conocer con exactitud la naturaleza de la enfermedad que debe tratarse. De otro modo el pronóstico, el tratamiento de la enfermedad no solamente resultaría ineficaz, sino que, quiérase o no, también resultaría perjudicial sobre todo desde el punto de vista de la medicina occidental, puesto que la mayor parte de los fármacos dejan una lesión, a la larga siempre dañosa; esa invisible secuela que, por desgracia, siempre aparece tarde o temprano.

Diagnosticar es conocer, mediante las fórmulas a nuestro alcance, la enfermedad.

La medicina occidental dispone de grandes medios para llegar a un diagnóstico: inspección, palpación, percusión, auscultación, anamnesis previa, en cuanto a fórmulas semiológicas, y cuenta con la ayuda preciosa de la radioscopia, la radiografía, estratigrafía, etc., sin olvidar los numerosísimos análisis de laboratorio para sangre, orina, heces, tejido, etc., muchos de los cuales, por sí solos, permiten el diagnóstico de la afección, pero es lo cierto que a pesar de todas esas posibilidades el equívoco surge y el diagnóstico equivocado se produce con demasiada frecuencia.

Un diagnóstico equivocado puede convertir en peligrosa una afección e incluso y como derivado de ese equívoco diagnóstico podemos establecer un pronóstico dañoso.

No es necesario insistir en la importancia del diagnóstico.

La medicina oriental diagnostica las enfermedades basándose en los «cinco Movimientos». Diagnóstico por observación, mediante los colores; la escucha, mediante la percepción de los cinco sonidos; la pregunta, que analiza con sus diálogos las cinco enfermedades y la palpación que aprecia las afecciones a través de los pulsos, sobre los cuales el Nei King dice: «Los pulsos son la morada de la sangre, por donde circula la sangre de todo el cuerpo. Por eso digo que todos los órganos se comunican a través de los pulsos».

Los chinos realizan en realidad un diagnóstico combinado a través de las formulaciones que anteceden, añadiendo el diagnóstico del pelo, de la piel, músculos, hinchazones, posturas, los reflejos de miembros, de sistema digestivo, los síntomas específicos de frío-calor, tipológicos en discordancia, etcétera.

En la ajetreada vida que nos ha tocado vivir, realizar este trabajo de diagnóstico parece imposible. Yo debo recordar ahora y aquí que éste no es un trabajo cualquiera, que estamos jugando con la vida, con el vivir armonioso, y «siendo el vivir lo más, todo lo demás es menos», como dijo Calderón de la Barca, razón por la cual pienso que extenderse en el diagnóstico no es perder el tiempo. Aquí es precisamente donde está la base fundamental de lo que vamos a hacer. En ello está el futuro de la salud del paciente.

Newton decía que estamos más cerca de la verdad cuando de dos o más fenómenos se puede dar una explicación única, que cuando damos una por cada uno de los fenómenos. Esto es perfectamente aplicable al diagnóstico médico, y tratándose de la vida de un ser humano la realización de diagnóstico por distintos procedimientos debiera considerarse necesariamente obligatoria, porque sólo así, intentando el análisis por diversos caminos, podremos hallar los errores hasta encontrarnos en el camino que nos señala Newton de la explicación única de los fenómenos. Y lo importante es encontrarlos antes que sea tarde.

Para muchos de los médicos occidentales la medicina china y sus bases tradicionales son una medicina fundamentalmente no científica. No vamos a entrar aquí a discutir la sinrazón de esta afirmación, y hasta encontramos lógico que una teoría fundada hace cuarenta siglos, sin conocimientos fisiológicos, anatómicos o bioquímicos, no pueda ser plenamente satisfactoria para la medicina contemporánea occidental.

A estos médicos dubitativos les llamaríamos a analizar esos elementos extremadamente positivos que dan a la medicina china todo su valor: la fisiología, semiología, terapéutica... Desde un punto de vista subjetivo vemos que lo interesante es diagnosticar rápida y eficazmente. Y nos preguntamos: ¿por qué no se realiza el diagnóstico desde ambos puntos visuales: occidental y oriental?

¿Por qué no volvemos los ojos a la realidad y tratamos a los enfermos como humanos, en vez de como objetos? La naturalización, la humanización de la medicina, debe comenzar en el diagnóstico. Muchas veces una caricia, unos minutos de comprensión, diálogo y amor, hacen más bien que todos los medicamentos del universo.

* * *

Nguyen Van Nghi, incansable pionero introductor de la medicina oriental en nuestro mundo alopático, trae hoy un libro, *Elementos de diagnóstico en Medicina Energética China*, desde el cual analiza las bases que permiten determinar las causas y los caracteres de las enfermedades, mediante la inspección, audición y olfación, interrogatorio y palpación, fórmulas diagnósticas a través de las cuales y desde los milenios vienen realizando los Maestros Acupuntores —no médicos— los diagnósticos reveladores del mal.

Hay que comprender que hablar de medicina oriental es cabalgar sobre la energía, término éste totalmente desconocido por la medicina occidental, por lo que el amplio proceso analítico que a través de esta interesante obra nos presenta Van Nghi constituye una auténtica revelación en nuestro campo medical.

Afortunadamente aquella desconfianza de los médicos occidentales en torno a la cientificación de la medicina oriental, de que hablábamos al principio, se está disipando, y ello hace que cada vez sean más los adeptos al estudio de la Acupuntura, lo que permitirá en un futuro próximo ampliar el campo diagnóstico y consecuentemente el pronóstico, con lo que evitaremos los desafortunados errores de un precipitado o incompleto diagnóstico.

FERMÍN CABAL

GENERALIDADES

En medicina energética china, el diagnóstico contiene cuatro elementos de base:

— la inspección;
— la audición y olfación;
— el interrogatorio; y
— la palpación.

Las bases permiten determinar la causa y los caracteres de las enfermedades, según la ley llamada de las «Ocho Reglas», que consiste en analizar:

— el Yin y el Yang;
— el Vacío y la Plenitud de la energía esencial del cuerpo y de la energía perversa;
— la localización superficial o profunda de la enfermedad en el fin terapéutico, conforme a los principios de Nei King:

> *Observar y juzgar las enfermedades es aplicar las teorías de bases: «Yin-Yang», «5 Movimientos», «Órganos-Entrañas», «King-Lo» (meridianos principales y secundarios), «Yong-Oé» (energía nutritiva y energía defensiva), «Energía-Sangre».*

El diagnóstico exige, por tanto, cuatro puntos esenciales, que son:

1. **Medir lo anormal:** Es determinar lo que resulta normal, frente a la enfermedad, situación anormal.
2. **Analizar y comparar:** Es verificar el análisis de los signos clínicos, a fin de buscar la aplicación de una regla general.
3. **Determinar la evolución normal o anormal de la enfermedad:** Es «sopesar» las reacciones del organismo con relación al desarrollo de la enfermedad para buscar un método de razonamiento apropiado.
4. **Buscar el vacío o la plenitud de la energía perversa y de la energía esencial del cuerpo:** Es reconocer la benignidad o la gravedad de la enfermedad. Así, la energía del cuerpo triunfa, la enfermedad retrocede; si la energía perversa es potente (en plenitud), la energía del cuerpo es lesionada. Ello significa que el vacío y la plenitud son los dos «aspectos» importantes para la apreciación del estado de la enfermedad.

Estudiaremos la ley de las «Ocho Reglas» antes de los «Cuatro elementos de base».

CAPÍTULO 1

LAS «OCHO REGLAS»

ESTA ley es ampliamente empleada en todas las ramas de la medicina oriental: fisiología, patología, farmacología, terapéutica... El estudio de esta ley constituye una síntesis de toda la semiología china.

En la práctica encontraremos a menudo signos clínicos complejos, tales como cefaleas, fiebre, cansancio, dolores abdominales, diarrea... El empleo de las «Ocho Reglas» permite determinar la causa de la enfermedad, reconocer la evolución y elegir una terapéutica apropiada.

Las «Ocho Reglas» están fundadas en las nociones de bases siguientes:

1. **El Yin y el Yang.** Son las dos grandes nociones gracias a las cuales se pueden distinguir los diferentes grupos de enfermedades:

— vacío o plenitud;
— benignidad o gravedad;
— normal o anormal.

Esto viene a indicar que los caracteres Yin y Yang de la enfermedad determinan la dirección o desarrollo de la afección y dan una idea general sobre la localización de la enfermedad.

2. **El Interior y el Exterior.** Las enfermedades localizadas en la epidermis y en el sistema del tejido conjuntivo (carne) en los «King Lo» (meridianos principales y secundarios) son las afecciones superficiales y externas (Yang); las enfermedades localizadas en los órganos y entrañas son las afecciones profundas e internas (Yin).

En materia de diagnóstico, el Yin y el Yang sirven para determinar la localización superficial o profunda de la enfermedad.

3. **El Frío y el Calor.** Indican el estado de la enfermedad. Así:

— si el enfermo teme al frío, prefiere el calor y tiene el cuerpo frío, la afección pertenece al Frío (Yin, profundo);
— por contra, si el enfermo teme al calor, tiene sed con el cuerpo caliente, la afección pertenece al Calor (Yang, superficial).

4. **El Vacío y la Plenitud.** Designan el estado de la energía esencial del cuerpo con relación a la energía perversa cósmica. Así, cuando la energía del cuerpo se debilita, se dice que está vacía. Al debilitarse deja penetrar la energía perversa en el organismo. Se dice entonces que está en plenitud (más fuerte que la energía del cuerpo).

En las «Ocho Reglas» intervienen otras nociones importantes. Es por lo que vemos en el Nei King:

> *En el Yang, existe el Yin; en el Yin, existe el Yang. Del exterior (Yang) hacia el interior (Yin); del interior (Yin) hacia el exterior (Yang). Mezcla del frío (Yin) y del calor (Yang), aparición simultánea del vacío (Yin) y de la plenitud (Yang)...*

Esas nociones están basadas en manifestaciones muy complejas de la enfermedad, que son variables según el estado de la energía del cuerpo y de la potencia de la energía perversa, y no tienen nada en común con las manifestaciones «mecanizadas» que están determinadas según «la materia y la forma».

Es por lo que «nuestro método de observación en clínica debe estar basado en los principios del desarrollo de la objetividad» (Yang Chi Chou, 1573-1619 d. de C.); sin ello las «Ocho Reglas» no pueden ser aplicadas con eficacia.

Estudiaremos sucesivamente los principios de las «Ocho Reglas», que son:

1. Yin-Yang;
2. Interior-Exterior;
3. Frío-Calor;
4. Vacío-Plenitud.

I. YING-YANG

En materia de diagnóstico, el Exterior, el Calor y la Plenitud están clasificados en la esfera «Yang»; el Interior, el Frío y el Vacío están clasificados en la esfera «Yin». Es por esta razón que vemos en el So Ouenn:

> *Un buen diagnosticador examina el color, tantea el pulso para determinar el Yin y el Yang y aplicar el tratamiento apropiado.*

Se clasifican las manifestaciones Yin y Yang en:

a) Signos de ataque del Yin y del Yang

— *Ataque de Yin:* El enfermo gira su cuerpo hacia el exterior a la luz (Yang). Busca compañía y se acuesta sobre la espalda; los miembros extendidos. Tiene una sensación de ligereza del cuerpo. Está inquieto, prolijo y gusta del frescor. Su respiración es fuerte; su pulso, superficial y rápido; el cuerpo está caliente.

— *Ataque de Yang:* El enfermo gira su cuerpo hacia la pared, del lado oscuro (Yin). Le gusta la soledad, el cuerpo está frío y los miembros están encogidos. Está calmado y no le gusta hablar. Su respiración es débil y busca el calor; no tiene sed y sus orines son claros. El pulso es profundo y lento, los miembros están fríos.

Se clasifica también de esta forma a los problemas de órganos y entrañas, de la sangre y de la energía. Los problemas de los órganos y de la sangre son Yin; los de las entrañas y de la energía son Yang.

b) Signos de insuficiencia de la «Raíz-Yin» y de la «Raíz- Yang» de los riñones

Las manifestaciones provienen del Vacío de los Riñones. Si la «Raíz-Yang» (Fuego) está en estado de vacío, el pulso del «pie» de la muñeca derecha es profundo, lento y blando. Si la «Raíz-Yin» (Agua) está en vacío, el pulso del «pie» de la muñeca izquierda es blando, galopante y rápido.

— En otros términos, si el pulso del «pie» es rápido y blando, acompañado de signo desensación de calor que sube a la parte superior del cuerpo con sequedad de la boca y de la lengua; o bien
— sensación de calor, localizada en el interior del cuerpo con estreñimiento,

ese será el signo de insuficiencia de la «Raíz-Yin» de los Riñones.

Por contra, si el pulso es cambiante y blando, con signo de debilidad de los miembros, palidez de los labios, boca normal, piel fría, deposiciones blandas y dispepsia, ese será el signo de insuficiencia de la «Raíz-Yang» de los Riñones.

c) **Signos de escape de Yin y de Yang**

Los signos se manifiestan en las afecciones graves con fiebre alta y transpiración, o en los casos de fuerte disentería o de hemorragia.

Escape de Yin. El enfermo teme al calor, los miembros están calientes, la transpiración es caliente y salada. Tiene sed y le gusta beber agua fría. Su respiración es fuerte; el pulso, amplio y grande.

Escape de Yang. El enfermo teme al frío, los miembros están fríos. La transpiración es fría y sosa. Tiene poca sed y le gusta el agua caliente. La respiración es débil; el pulso, pequeño y rápido.

d) **El Yin y el Yang en los pronósticos de vida o muerte**

El pronóstico de vida o de muerte está basado en la presencia del Yin y del Yang del cuerpo. En ciertas afecciones Yin se buscará el Yang; en las afecciones Yang se buscará el Yin.

Ejemplo 1. En las afecciones llamadas «Vacío-Frío», es decir, en los problemas de Chao Yin (Riñon) con diarrea, el enfermo se encuentra encogido, con los miembros calientes (presencia de Yang); la enfermedad será fácil de tratar. Por contra, si los problemas de Chao Yin están acompañados de miembros helados (ausencia de Yang), la muerte es cierta.

Ejemplo 2. En las afecciones llamadas «Plenitud-Calor», es decir, en los problemas de Tae Yang (Vejiga) de etiología «Viento» con transpiración:

— el Yang en plenitud es causa de epistaxis;
— el Yin en Vacío es la causa de dificultades para orinar (disuria); y
— la simultaneidad en vacío del Yin y del Yang es causa de la sequedad del cuerpo.

Si la enfermedad se prolonga, se observa delirio; si se agrava, se observarán náuseas y vómitos, agitación de los miembros con gestos de exacavamiento y de tanteamiento. Pero si el enfermo orina fácilmente, el tratamiento será fácil.

II. INTERIOR-EXTERIOR

Los términos Interior y Exterior utilizados en materia de diagnóstico sirven para designar la localización de la enfermedad.

Por ejemplo, la energía perversa que ataca la epidermis localizándose en los meridianos principales y en los vasos secundarios, la afección es «externa».

Por contra, cuando la energía perversa llega al órgano o a la entraña por vía de los meridianos principales, la afección es «interna».

Las enfermedades provocadas por los elementos psíquicos, la fatiga o la alimentación son «internas», el órgano o la entraña son los primeros atacados.

Existen enfermedades que no son ni internas ni extemas, pero se localizan en la zona intermediaria. Los signos clínicos son entonces los de las enfermedades internas, igual que los de las enfermedades externas.

Esas enfermedades internas o externas están clasificadas según sus causas: energía perversa (frío, calor), perturbación de la energía del cuerpo (vacío, plenitud). Es por lo que en la búsqueda de la localización de la enfermedad hay siempre que conocer no solamente la evolución de la enfermedad por vía de los meridianos, sino también su causa.

a) Enfermedades de causa interna y de causa externa

Están resumidas en las tablas I y II.

TABLA I. ENFERMEDADES EXTERNAS	
CAUSA	**SINTOMATOLOGÍA**
Frío	Cefaleas, tirantez de la nuca, temor al frío. Dolores sordos en las articulaciones. Lengua fina y blancuzca. Pulso superficial y presionado.
Calor	Fiebre, un poco de temor al viento y al frío, transpiración o no, sed. Pulso superficial y rápido.
Vacío	Fiebre, temor del viento. Pulso superficial y retardado.
Plenitud	Fiebre, temor del frío, sin transpiración. Pulso superficial y presionado.

TABLA II. ENFERMEDADES INTERNAS	
CAUSA	**SINTOMATOLOGÍA**
Frío	Lengua blancuzca y húmeda, sin sed, miembros fríos. Náuseas y vómitos, dolores de vientre. Pulso profundo y rápido.
Calor	Fiebre alta. Temor no del frío, sino del calor. El enfermo tiene sed y le gusta beber agua fría, inquietud. Lengua roja y amarillenta. Pulso cambiante (Dai) o grande y rápido (Hong Sac). Orines rojos.
Vacío	Respiración débil, el enfermo habla muy poco, come poco, los miembros están fríos, taquicardia, vértigos, astenia, lengua blancuzca. Pulso profundo y muy pequeño (Tram, Nhuoc).
Plenitud	Transpiración en los miembros, sensación de calor, estreñimiento, vientre hinchado y doloroso (el enfermo no quiere que le toquen), malestar en el corazón, gas frecuente. Lengua espesa y amarillenta. Pulso lento y pleno. En casos graves: divagación.

b) Manifestación simultánea de enfermedad interna y de enfermedad externa

En la práctica hay que saber discernir cuál es y qué es lo que se manifiesta primero, y determinar la causa (frío, calor, vacío o plenitud).

Se las clasifica en ocho grupos principales:

1. *Enfermedades «externa-frío» y enfermedades «interna-calor».* Son las enfermedades cuyos signos de frío del exterior no son aún curadas cuando los signos de calor del interior comienzan a hacer su aparición: pulso superficial y presionado, fiebre, temor al frío, sensación de calor en todo el cuerpo, sin transpiración, inquietud.

2. *Enfermedades «externa-calor» y enfermedades «interna-frío».* Son enfermedades cuyos signos son cefalea, fiebre, temor del frío con pulso profundo y diarrea.

   Se está en presencia de una de esas afecciones si el enfermo ha sido atacado de problemas ocasionados por el frío o los alimentos antes de ser atacado por otra enfermedad de origen «viento-calor» (energías perversas asociadas).
3. *Enfermedades «externa-vacío» y enfermedades «interna-plenitud».* Se encuentran esas afecciones en el enfermo que presenta signos de vacío de Yang en el exterior y signos de plenitud de Yin en el interior: transpiración, temor del viento, vientre hinchado, estreñimiento.
4. *Enfermedades «externa-plenitud» y enfermedades «in- terna-vacío».* Las manifestaciones externas (Yang) no están aún terminadas cuando los signos internos (Yin) se declaran: dolores en todo el cuerpo, pulso profundo y lento, vientre hinchado y doloroso.
5. *Enfermedades de «frío-exterior» y enfermedades de «frío-interior».* Se está en presencia bien de una afección de Taé Yang, bien de una afección de Chao Yang aún no curada cuando los signos de ataque de frío-interior o de frío-exterior comienzan a manifestarse.
6. *Enfermedades de «calor-exterior» y enfermedades de «calor-interior».* Son manifestaciones de calor en el exterior: asma, transpiración con pulso excitado (Xuc) acompañadas de signos de calor en el interior: diarrea.
7. *Enfermedades de «vacío-exterior» y enfermedades de «vacío-interior».* Se trata de complicaciones de ciertas enfermedades de Taé Yang a continuación de un tratamiento inapropiado, por

ejemplo, por empleo de la técnica de purgación, en lugar de la técnica de sudorificación. Signos de complicación: escalofríos, con pulso pequeño y muy fino.

8. Enfermedades de «plenitud-interna» y de «plenitud-externa». La enfermedad externa no está terminada cuando la enfermedad interna se declara: indigestión con acumulación de Yang en el interior, por ejemplo, o acumulación de líquidos, manifestándose por esputos.

c) Afección de la zona interna

Las enfermedades son ocasionadas por la energía perversa que se localiza entre el interior y el exterior y las manifestaciones clínicas son:

— alternancia del frío (escalofríos) y del calor (fiebre);
— opresión torácica;
— obstrucción gástrica;
— náuseas y vómitos;
— inapetencia;
— boca amarga;
— sequedad de garganta;
— deslumbramiento;
— lengua húmeda;
— pulso tenso y galopante.

d) Enfermedades evolutivas

Las enfermedades pueden evolucionar del interior hacia el exterior o del exterior hacia el interior.

Al principio, la enfermedad que evoluciona del exterior hacia el interior es grave y anormal; la que evoluciona del interior hacia el exterior es menos grave y normal.

Es por lo que el empleo de una terapéutica precisa necesita el conocimiento de la evolución de la enfermedad:

1. *Signos evolutivos del exterior hacia el interior.* Toda afección acompañada de emisión de orines claros y abundantes es una enfermedad externa. Por contra, la aparición de signos tales como náuseas y vómitos, amargor de boca, opresión torácica, inapetencia, indica que la enfermedad se va introduciendo hacia el interior. La angustia, la inquietud, la boca seca, la divagación, los dolores abdominales con diarrea, indican la localización interna exacta de la enfermedad.
2. *Signos evolutivos del interior hacia el exterior.* Se trata de signos que son la transformación, bajo forma generalmente eruptiva (varicela, rubéola) de signos de ataque en profundidad.

III. FRÍO-CALOR

El diagnóstico de las afecciones causadas por el frío y el calor es fácil cuando se presentan separadamente. Por contra, el diagnóstico es más bien difícil en los casos siguientes:

— combinación de frío y de calor;
— localización del frío y del calor en la parte superior o inferior del cuerpo;
— transformación del frío en calor o del calor en frío.

En el último caso se dice que se trata de «verdadero y de falso frío», de «verdadero y de falso calor».

Se agrupan las afecciones de frío y de calor en tres categorías principales:

a) Enfermedades de Frío y enfermedades de Calor

1. *Enfermedades de frío.* Los signos clínicos son los siguientes:

— sin sed;
— si tiene sed, el enfermo rehúsa beber o reclama agua caliente;
— los miembros están helados;
— facies pálida;
— orines abundantes y claros;
— deposiciones blandas;
— lengua blancuzca;
— pulso lento.

2. *Enfermedades de calor.* Los signos clínicos son los siguientes:

— sed, el enfermo bebe mucho y reclama agua fría;
— fiebre por intermitencia;
— inquietud;
— enloquecimiento;
— facies roja;
— orines raros y rojos;
— estreñimiento;
— lengua amarillenta y rugosa;
— pulso rápido.

En resumen, se diagnostica las enfermedades de frío y de calor por la sed, los orines, las deposiciones, el estado de los miembros, la lengua y el pulso:

— sed (calor);
— sin sed (frío);
— diarreas, orines abundantes y claros (frío);
— estreñimiento, orines raros y rojos (calor);
— miembros helados (frío);
— batimiento de los miembros (calor);
— pulso lento o profundo (frío), rápido o retardado (calor).

b) Enfermedades de Frío y de Calor arriba o abajo del cuerpo

- *Enfermedad de Frío arriba.* Los signos clínicos son esencialmente:

  — sofocamiento;
  — dispepsia;
  — vómitos.

- *Enfermedad de Frío abajo.* Los signos clínicos son:

  — mezcla de elementos puros e impuros;
  — deposiciones duras y secas;
  — dolores abdominales;
  — hernia;
  — miembros fríos.

- *Enfermedad de Calor arriba.* Los signos clínicos son los siguientes:

  — cefaleas;
  — ojos rojos;
  — faringitis o anginas;
  — odontalgia.

- *Enfermedad de Calor abajo.* Los signos clínicos son:

  — lumbalgia;
  — dolor e hinchazón en los pies;
  — estreñimiento;
  — problemas urinarios, orines amarillos rojizos.

En general, esas enfermedades no se presentan bajo formas tan simples. Se manifiestan simultáneamente, formando combinaciones diversas. Bien que los signos de calor o de frío dominan la tabla clínica, como los signos de calor se asientan arriba, entonces los signos de frío se manifiestan abajo, o inversamente. En otros casos, el intestino grueso es atacado por el frío, mientras que el estómago lo es por el calor, o viceversa.

c) Enfermedades de «verdadero y falso frío», de «verdadero y falso calor»

Según So Ouenn (cap. 5):

> *El frío, en plenitud, ataca el grado más bajo, transformándose en calor; el calor en gran plenitud ataca el grado más alto, transformándose en frío.*

Ello quiere esencialmente decir que existe transformación del «verdadero» frío en «falso» calor, del «verdadero» calor en «falso» frío. Tales signos marcan la gravedad extrema de la enfermedad y el paciente se encuentra entre la vida y la muerte.

Es por lo que, al establecerse el diagnóstico, conviene observar los signos clínicos a fin de discernir lo «verdadero» de lo «falso» y lo «falso» de lo «verdadero».

1. *Enfermedad de Calor que se transforma en Frío* (verdadero calor, falso frío).

El calor en el interior está en gran plenitud, el Yang del cuerpo se encuentra comprimido y no puede circular hacia el exterior; de ahí la aparición de los signos de «falso frío» en el exterior:

— miembros helados;
— pulso profundo y resistente.

Pero los signos de falso frío son siempre acompañados de los de «verdadero calor», portando entonces el nombre de «Síndrome de verdadero calor» en gran plenitud:

— respiración fuerte;
— sequedad de garganta y de los labios;
— fetidez de la boca;
— lengua amarilla negruzca con sensación de espinas;
— hinchazón abdominal;
— orines raros y rojos;
— estreñimiento (deposiciones muy duras) o diarrea (líquido claro, sin materia).

2. *Enfermedad de Frío transformándose en Calor* (verdadero frío, falso calor).

Se distinguen dos formas clínicas distintas designadas bajo el nombre de:

a) La Tierra (Bazo) despreciada por el Frío-Agua (Riñón).
b) El Fuego (Corazón) agredido por el Agua (Riñón).

¿Cómo explicar esos dos términos?

Observemos que los riñones tienen dos raíces: Raíz-Yin y Raíz-Yang, y que los problemas son siempre causados por la insuficiencia de su energía.

Por consecuencia, los riñones no pueden ser atacados por la energía perversa (frío) más que cuando su energía está en estado de vacío; de ahí las dos formas clínicas siguientes:

- La energía de los riñones está en plenitud por la presencia de la energía perversa (frío). Esta energía en plenitud es muchas veces más potente que la del Bazo (Tierra), lo que provoca una ruptura de la armonía energética de los «5 Movimientos». Se dice entonces: el Agua y el Frío desprecian al Bazo.
- La energía de los Riñones (Agua) ya en insuficiencia a continuación de una perturbación interna (sin energía perversa) tiene desventaja y se encuentra en gran vacío. No hay comunicación entonces entre los riñones y el corazón, lo que desencadena una ruptura de armonía de los «5 Movimientos». Se dice entonces: la energía de los Riñones ofende al Corazón.

Estudiemos esas dos formas clínicas:

a) El Agua y el Frío desprecian a la Tierra:

La energía Yin de los Riñones estando en muy gran plenitud (a causa de la presencia de la energía perversa, Frío), los signos clínicos son los siguientes:

— dolores abdominales y diarrea;
— miembros helados;
— frialdad y temblores;
— voz débil;
— anorexia;
— hinchazón abdominal;
— orines claros y abundantes;
— capa negruzca en mitad de la lengua;
— pulso profundo, muy fino y muy blando.

Esos signos son siempre acompañados de signos de «falso calor» portados bajo el nombre de «Síndrome de falso Yang»:

— ausencia de calor cutáneo;
— inquietud;
— estreñimiento;
— sequedad de la boca;
— faringitis;
— sed (el enfermo reclama beber, pero no bebe).

b) La energía de los Riñones ofende al Corazón:

La energía de los Riñones estando en gran vacío, a continuación de perturbaciones internas, los signos clínicos son:

— hipopnea;
— vértigos;
— taquicardia;
— pies fríos;
— deposiciones blandas o diarrea;
— hipotonía energética;
— el enfermo no gusta de hablar;
— lengua cubierta de una capa negruzca sobre toda la superficie.

Esos signos de «gran vacío del verdadero Frío» son siempre acompañados de manifestaciones de «Falso Calor» portados entonces bajo el nombre de «Síndrome de liberación del Yang» (el Yang que se libera y se pone en la cabeza):

— hematemesis, epistaxis;
— sequedad de la boca;
— dientes movibles;
— facies roja;
— piel fresca, ligeramente blancuzca;
— inquietud;
— estreñimiento;
— el enfermo desea quedarse desnudo, sentarse en el agua;
— pulso superficial y rápido, o superficial y cambiante.

A partir de ese estado, la enfermedad evoluciona muy rápido y se prevén complicaciones graves. Es por lo que hay que prestar mucha atención, puesto que los signos de esas formas de enfermedades se confunden muy fácilmente.

IV. VACÍO Y PLENITUD

El vacío y la plenitud designan el estado de la energía esencial del cuerpo y de la energía perversa.

Según So Ouenn (cap. 23):

> *La energía perversa es una energía fuerte que engendra la plenitud. Energía perversa equivale al término «plenitud». La energía del cuerpo atacada por la energía perversa es debilitada, está en vacío. Energía del cuerpo equivale a «vacío».*

Proponemos establecer la equivalencia siguiente:

Energía del cuerpo en estado de debilidad = vacío.
Vacío de la energía del cuerpo + energía perversa = plenitud.

En suma, la plenitud es debida a la presencia de energía perversa en el organismo del que la energía está en estado de vacío. Para determinar el estado de vacío o de plenitud hay que examinar el estado de la energía del enfermo y de la energía perversa. Hecho eso, se aplicará la técnica de tonificación o de dispersión.

Clínicamente, es preciso conocer:

— La causa del vacío o de la plenitud.
— La localización del vacío o de la plenitud en la sangre.
— El «verdadero» y el «falso» vacío, la «verdadera» y la «falsa» plenitud.

1. Signos de vacío y signos de plenitud

Según So Ouenn (cap. 19):

> *Los signos de plenitud son: pulso pleno, piel caliente, vientre hinchado, estreñimiento, orines difíciles; el enfermo está triste, ve vapores.*
>
> *Los signos de vacío son: pulso fino y pequeño, piel fría, insuficiencia de la energía; diarrea, orines abundantes.*

Y veamos la explicación del Tchong Y (*Medicina China*, tomo 2, edición Shanghai, 1954):

> *Existe el vacío porque la energía esencial del hombre es vacía. Los signos clínicos son: facies torcida, adelgazamiento, insuficiencia de la energía vital (ancestral), transpiración ininterrumpida, disentería, pérdidas de orina, espermatorrea, vómitos incoercibles, sensación de ahogo, respiración corta, como en las crisis de asma, fatiga, pena. El pulso es profundo, débil y muy pequeño (nhuoc). Hay entonces que tonificar.*
>
> *Hay plenitud cuando la energía perversa está en plenitud. La energía perversa puede localizarse en los meridianos o en los vasos secundarios, o concentrarse en los órganos y las entrañas. En ese caso hay detención de la circulación energética o sanguínea. El pulso es pleno. Hay entonces que dispersar.*

En general, en las personas de buena constitución, la enfermedad tiene su comienzo con presencia de los signos de plenitud. Por contra, en las personas de débil constitución, las enfermedades tienen tendencia a convertirse en crónicas y presentan siempre signos de vacío.

Por ejemplo, la fiebre acompañada de temor al frío es signo de ataque del exterior del cuerpo por la energía perversa. Si el enfermo no transpora, eso será la plenitud del exterior; si transpira, será el vacío del exterior.

Los problemas de los órganos o de las entrañas indican que la energía perversa se ha fijado en el interior. El vientre hinchado y duro con dificultad para orinar indica la plenitud del interior; el vientre blando con diarrea, el vacío del interior.

2. Vacío y Plenitud de la Energía y de la Sangre

a) Vacío de la energía. Los signos clínicos son:

— hipopnea;
— voz débil;
— el enfermo no gusta de hablar;
— sudores fríos;
— inquietud;
— taquicardia;
— zumbidos;
— astenia;
— anorexia;
— dispepsia;
— pulso pequeño, débil y cambiante.

Las ptosis anales o uterales, las hernias crurales o inguinales son consideradas como signos de vacío de la energía.

b) Plenitud de la energía. La plenitud de la energía es a menudo ocasionada por el Calor, o la Humedad-Calor (energías asociadas), la estagnación o la compresión de la energía, o por el regreso del Fuego (calor orgánico). Los signos clínicos son:

— dispepsia;
— expectoración abundante;
— opresión torácica;
— boca abierta;
— hombros separados;
— hinchazón abdominal;
— saliva amarga;
— eructaciones acres;
— estreñimiento o diarrea;
— pujos;
— pulso pleno, duro y superficial.

c) Vacío de la Sangre. El Vacío de la Sangre es a menudo provocado por una mala alimentación, una fuerte hemorragia o una enfermedad grave en plena evolución. Los signos clínicos son:

— obstrucción gástrica;
— insomnio;
— cólera;
— sensación de calor en el curso de la noche;
— sudores nocturnos;
— piel seca y escamosa;
— labios pálidos;
— melancolía;
— pulso fino y débil.

d) Plenitud de la Sangre. Es causa por la estagnación sanguínea:

— En las fibras tisulares (carne) provocará a veces fiebre, a veces temblores.
— En la masa muscular provocará fiebre intermitente con sudores fríos.
— En los «King Lo» (meridianos principales y secundarios) provocará dolores y contracciones.
— En el «Chang Jiao» (Calentador Superior) [1] provocará dolores fulgurantes en los hipocondrios, como si se hincara un puñal.
— En el «Chong Jiao» (Calentador Medio) provocará dolores lacerantes en el hueco epigástrico y en el abdomen, con deposiciones negruzcas.
— En el «Cha Jiao» (Calentador Inferior) provocará dolores fulgurantes en el bajo vientre, con hinchazón abdominal y poliurias.

3. El verdadero y el falso vacío, la verdadera y la falsa plenitud

Se distinguen dos formas clínicas:

a) Forma de gran vacío con signos de plenitud.
b) Forma de gran plenitud con signos de vacío.

---

[1] El término «Triple Calentador» no es conforme con el espíritu médico chino. Se trata de los «San Jiao», es decir, de los «Tres Metabolismos»:

— Metabolismo del Agua.
— Metabolismo de la Sangre.
— Metabolismo de la Energía.

Las dos formas de enfermedades tienen las mismas características que las afecciones llamadas de «Verdadero frío con signos de falso calor», o de «verdadero calor con signos de falso frío».

Para distinguir es preciso:

— observar los signos clínicos;
— examinar los pulsos;
— controlar el estado general del paciente;
— estudiar el carácter agudo o crónico de la enfermedad.

No es hasta después de haber reunido todos esos elementos cuando se podrá establecer un diagnóstico.

El Tchong Y aconseja:

- Las enfermedades provocadas por los siete elementos psíquicos, por la fatiga, las heridas, la lujuria, el alcohol, la insuficiencia del Chang Jiao (Calentador Superior), presentan signos de plenitud: cuerpo caliente, estreñimiento, disuria, facies roja, dispepsia, hinchazón abdominal, el enfermo se lamenta de enfermedades imaginarias. En realidad, tienen el vacío por origen; hay que tonificar.
- Lo mismo, las afecciones causadas por la energía perversa y quedadas localizadas en los meridianos principales y en los vasos secundarios, las afecciones provocadas por el amontonamiento sanguíneo o la acumulación de la energía a continuación de un disgusto o de una cólera presentan signos semejantes a los del vacío. En realidad, provienen de la plenitud. Hay que dispersar.»

V. CONCLUSIÓN

En materia de diagnóstico, las «Ocho Reglas» son no solamente un medio de analizar la evolución de las enfermedades, sino también un método de clasificación de los síntomas.

Las «Ocho Reglas» deben ser siempre consideradas en su conjunto, y no por separado.

Resumiremos esos principios a continuación:

a) Principio de Yin y de Yang:

— El frío es Yin, el calor es Yang.
— El interior es Yin, el exterior es Yang.
— El vacío es Yin, la plenitud es Yang.

b) Principio del exterior y del interior:

— El frío está en el interior, el calor en el exterior.
— El vacío está en el interior, la plenitud en el exterior (o viceversa).
— El interior y el exterior son fríos.
— El interior y el exterior son calientes.
— El interior y el exterior están vacíos.
— El interior y el exterior están en plenitud.

c) Principio del frío y del calor:

— Signos de calor generalizado.
— Signos de frío generalizado.
— Signos de localización de calor o de frío en la parte superficial o inferior del cuerpo.

— Signos de asociación de calor y de frío con predominancia del calor o del frío.

d) Principio de vacío y de plenitud:

— La energía perversa está en plenitud, la energía del cuerpo está en vacío.
— La energía perversa está en plenitud y la energía del cuerpo no está en vacío.
— La energía perversa no está en plenitud, la energía del cuerpo está en vacío.
— La energía del cuerpo está en gran vacío, la energía perversa no está en vacío.
— La energía perversa y la energía del cuerpo luchan entre ellas (esas dos energías tienen la misma relación de fuerza).

CAPÍTULO 2

LOS CUATRO ELEMENTOS DE DIAGNÓSTICO

La inspección, la audición y la olfación, la interrogación, la palpación son los cuatro elementos inseparables que deben ser empleados simultáneamente con las «Ocho Reglas», los «5 Movimientos», los «King Lo», para establecer un diagnóstico preciso. En otros términos, son los cuatro métodos de observación destinados a reconstituir la historia de la enfermedad y a establecer el diagnóstico.

I. LA INSPECCIÓN

La inspección tiene por objeto descubrir las actividades Interiores únicamente examinando las manifestaciones exteriores. Porta sobre el mental, los colores, los gestos, los ojos, la nariz, los labios y la lengua.

1. El «mental»

Es el reflejo del conjunto de fenómenos fisiológicos que intervienen en la transformación de la energía esencial en onergía mental.

El examen del «mental» consiste en recoger ni conjunto de las actividades del organismo por la simple inspección del facies, de los ojos, de los gestos, de las posiciones; es decir, por la inspección de todos los signos exteriores. Está fundado en el principio de que todo lo que se manifiesta en el exterior es la expresión de lo que pasa en el interior. Permite ver de golpe, instantáneamente, los desarreglos eventuales.

Lo esencial es ver:

— si los ojos tienen energía mental, es decir, si tienen brillo, o, por el contrario, si están sin brillo;
— si los gestos son coordinados, precisos, adaptados al objeto, es decir, dirigidos por el sistema nervioso central, o si, por el contrario, están desordenados, imprecisos;
— si existen problemas del corportamiento y de la consciencia.

2. Los «Colores»

En el **plan fisiológico** se distinguen dos tipos de color:

— *Color intrínseco:* Que pertenece a la esencia del ser, que es propia al individuo y no varía en el curso de la vida.
— *Color extrínseco:* Que varía ligeramente en el curso de las estaciones.

Así, color un poco verde en primavera;
un poco rojo en verano;
un poco blanco en otoño;
un poco negro en invierno;
un poco amarillo al acabar el verano.

Fuera de la influencia estacionaria, otros factores, tales como los esfuerzos físicos, la absorción de alcohol..., pueden igualmente modificar los colores.

En la **práctica corriente** es importante oponer dos grandes variedades de colores:

— los colores normales;
— los colores patológicos.

Los colores patológicos no pueden ser definidos más que tomando como bases de referencia los colores normales. Los colores normales son los colores frescos, vivos, discretos. Los colores patológicos son los colores sombríos, grisáceos, palpables.

Ejemplo: verde como la hierba marchita;
rojo como la sangre;
amarillo como el limón muy maduro;
blanco como el hueso desecado;
negro como el carbón.

De una manera general, las enfermedades del

— Hígado se manifiestan por el color verde.
— Corazón se manifiestan por el color rojo.
— Bazo se manifiestan por el color amarillo.
— Pulmón se manifiestan por el color blanco.
— Riñones se manifiestan por el color negro.

a) El color amarillo es el color dominante del Bazo. Su presencia testimonia la existencia de la energía del estómago. Su ausencia es el índice de una degradación de la energía del estómago y, por consecuencia, de la gravedad de la enfermedad.

Las principales enfermedades que comportan una modificación del color amarillo son las enfermedades reumáticas. Así:

— El color amarillo brillante es la expresión del reumatismo debido al Viento.
— El color amarillo como una mandarina madura es el signo del reumatismo debido al Color.
— El color amarillo pálido es el signo del reumatismo de origen «Frío» y traduce el vacío energético del Bazo.
— El color amarillo verdoso testimonia una estagnación sanguínea asociada al reumatismo de predominancia «Calor».
— El color amarillo como un limón demasiado maduro traduce el agotamiento del Bazo.
— El color amarillo claro, vivo, es la señal anunciadora de la curación.

b) El color blanco un poco rosa, claro y fresco, aporta la prueba del estado satisfactorio de la sangre y de la energía. Por contra:

— El color blanco asociado a una delgadez extrema es el signo del agotamiento de la energía y de la sangre.
— El color blanco asociado al edema es el signo del vacío de la energía.
— El color blanco asociado a la delgadez con mejillas rojas, labios rojos, traduce el vacío de Yin y la efervescencia del Fuego.
— El color blanco como el hueso desecado es el signo del agotamiento de la energía del Pulmón.

De una manera general, el color blanco es la expresión de los síndromes de vacío unidos al «Frío».

c) El color rojo es el color dominante del Corazón, y corresponde al «Calor» (Fuego). Así:

— El color un poco rojo es el signo de los síndromes de vacío debidos al «Calor».
— El color muy rojo es el signo de los síndromes de plenitud debidos al «Calor».
— El color rojo que semeja emerge a la superficie es el signo del «Calor» en el exterior.
— El color rojo que parece estar inmerso bajo la piel es el signo del «Calor» en el interior.

En las enfermedades crónicas con deficiencia del estado general, la aparición de un color rojo en los pómulos en la tarde es el signo del vacío de Yin y de plenitud del Fuego. Si el color es rojo como la sangre alterada, testimonia la gravedad de la enfermedad.

d) El color verde traduce la estagnación de la energía y de la sangre. Se observa en las enfermedades debidas al «Frío» y en los síndromes dolorosos.

— El color verde grisáceo se encuentra en las enfermedades graves unidas al «Frío» y se manifiestan por dolores vivos.
— El color verde como la hierba negra traduce el agotamiento de la energía del meridiano del Hígado.

e) El color negro es el índice de enfermedades debidas al «Frío», de síndromes dolorosos, de neurosis, de angustia, de afecciones renales. Así:

— El color negro asociado a una deshidratación con dientes secos es el signo de ataque al Riñón por el «Calor».
— El color negro verdoso, sombrío, es un signo común a las enfermedades graves y crónicas con deficiencia de la energía Yang.
— El color negro grisáceo sembrado de zonas brillantes con la punta y la arista de la nariz claras y frescas, indica que la supervivencia es posible; por contra, si es uniformemente grisácea, dando la impresión de sequedad, es el signo de la muerte.
— La aparición de una coloración negra sobre la frente indica que la enfermedad es difícil de curar.
— La concentración de una coloración negra densa alrededor de la boca es el signo de agotamiento de la energía del Riñón, el signo de la muerte.

3. Examen de la «forma»

Según la concepción energética, existe una correspondencia entre los órganos y las estructuras externas. Así:

— el Pulmón corresponde a la piel y a los pelos;
— el Bazo corresponde a la carne (tejido conjuntivo);
— el Corazón corresponde a los vasos sanguíneos;
— el Hígado corresponde a los músculos y tendones;
— el Riñón corresponde a los huesos y dientes.

El examen de esas estructuras externas permite apreciar el estado de los órganos internos correspondientes.

Por otra parte, Yang es el símbolo de los movimientos, de la dinámica del organismo; Yin es el del reposo, del estado estático del organismo. El examen de los gestos, de las actitudes, del caminar, de las posiciones y de la palabra del paciente permite determinar las interacciones de Yin-Yang y evolución de la enfermedad.

4. Examen de los ojos

Constituye un resto de diagnóstico útil.

A nivel de los conjuntivos:

— color rojo: signo evocador de una enfermedad del Corazón;
— color blanco: signo evocador de una enfermedad del Pulmón;
— color amarillo: signo evocador de una enfermedad del Bazo;
— color negro: signo evocador de una enfermedad del Riñon.

A nivel de las diferentes estructuras del ojo:

— canto rojo: signo del Fuego del Corazón;
— conjuntivos rojos: signo del Fuego del Pulmón;
— pupila roja: signo del Fuego del Hígado;
— párpados rojos: signo del Fuego del Bazo;
— todo el ojo rojo: signo de ataque de los meridianos del Hígado por el Viento-Calor.

5. Examen de la nariz

Coloración en la punta de la nariz:

— color verde: signo corrientemente observado en patología digestiva;
— color ligeramente negro: presencia de «Humores-Humedad» en el pecho;
— color blanco: signo de vacío de la energía o de hemorragia;
— color amarillo: ataque del organismo por la Humedad;
— color rojo: ataque del pulmón por el Calor.

Aleteo de las alas de la nariz:

— afecciones pulmonares agudas debidas al calor, pero ese signo se observa igualmente en:

- las afecciones causadas por el «Viento-Fuego»; determinante de una obstrucción de la energía pulmonar;
- las afecciones pulmonares crónicas con disnea asmatiforme y sudoración, caracterizadas por un agotamiento de la energía pulmonar y que son prácticamente incurables.

6. Examen de los labios

— labios rojos, inflamados y secos: signo de « calor» extremo;
— labios y boca azul-negra: signo de «Frío» extremo;
— labios blanquecinos: signo de vacío de la sangre;

— labios rojos frescos: signo de vacío de Yin y de plenitud de Fuego;
— labios hinchados y secos: signo de acumulación de calor;
— labios y boca violenta: signo de estagnación de la sangre;
— labios y boca desviados: signo de ataque por el viento;
— labios verdes con contorno negruzco, lengua retractada por lo que el enfermo exhala por la boca: signo de la muerte;
— afasia: signo de ataque de los meridianos.

7. Examen de la lengua

El examen de la lengua porta su morfología y su cobertura.

• El estudio de la morfología reposa en el examen de la configuración, de la estructura externa, de la coloración y de sus aspectos estático y dinámico. Proporciona datos sobre el funcionamiento de los órganos internos.

— La punta de la lengua está en unión energética con el Corazón.
— La base, con el Riñón.
— El cuerpo, con el Bazo.
— Los bordes, con el Hígado y la Vesícula Biliar.

• El envoltorio de la lengua es el reflejo del ataque superficial o profundo del organismo por las energías perversas, del estado de vacío o de plenitud, de calor o de frío y del funcionamiento del Estómago.

Resulta de la solidificación de la energía del estómago en el curso de su desempeño. Sufre variaciones según el estado de los órganos en razón de las relaciones energéticas.

En efecto, según So Ouenn:

> *La cobertura de la lengua proviene de la energía del estómago. Como los órganos absorben la energía del estómago, es posible por el examen de la cobertura juzgar el estado de vacío o de plenitud, de calor o de frío de los cinco órganos y de las seis entrañas.*

La confrontación de los datos recogidos por el examen de la cobertura y de la morfología de la lengua puede contribuir a determinar el estado evolutivo y el grado de ataque del organismo por la energía perversa.

Según el libro *Chân gia truc guyêt:*

> *Si la cobertura de la lengua tiene un mal aspecto, pero si la morfología de la lengua es normal, es que la energía del estómago es solamente impura y no tiene otras anomalías.*

Según el libro *Thong Tuc Thuong Han Iuan:*

> *Toda enfermedad comportante de una modificación de la cobertura de la lengua, cualquiera que sea, es siempre benigna. Por contra, toda enfermedad determinante de un cambio de coloración de la lengua es siempre grave, y puede poner en juego el pronóstico vital. La supervivencia es posible si la base de la lengua está aún un poco rojo bermellón, lo que testimonia la exis-*

tencia de un obstáculo en la circulación energético-sanguínea y no de una degradación de la energía de los órganos. Al contrario, la salida fatal es probable si la base de la lengua se vuelve seca, marchita y sombría, lo que se traduce en una pérdida de vitalidad debida a la ausencia de impregnación de energía proveniente de los órganos.

a) **Lengua normal.** La lengua normal es flexible, rojo bermellón, ni demasiado seca ni demasiado húmeda, cubierta de una capa delgada, blanquecina o desprovista de cobertura.

Esos caracteres permiten afirmar que la circulación de los líquidos orgánicos, de la energía y de la sangre se hace normalmente.

b) **Lengua patológica.**

1. *Significación patológica de las modificaciones estructurales de la lengua:*

— lengua hinchada: concentración o desbordamiento de la humedad hacia lo alto del cuerpo;
— lengua fina y seca: deficiencia de la sangre o vacío energético del Corazón;
— lengua encogida y escroto atrofiado: ataque masivo del meridiano del Hígado, generalmente muy grave;
— lengua edematosa, hinchada, llenando la boca y trabando la alimentación y la elocución: liberando la energía «Fuego» del Corazón hacia la parte superior del cuerpo;
— lengua asténica, caracterizada por movimientos de tracción y de retirada muy débiles: vacío de la energía;

— lengua que quiere dejarse pender fuera de la boca: signo de acumulación de calor en el interior;
— lengua temblorosa, que conlleva problemas de elocución: insuficiencia de la energía del Corazón y del Bazo;
— lengua animada de movimiento de vaivén transversales: ataque del Hígado por el Viento;
— lengua blanda, floja, paralizada: agotamiento de la sangre y de la energía.

2. *Significación patológica de las modificaciones de coloración de la lengua:*

De una manera general:

— lengua de consistencia firme o dura, de color oscuro: plenitud;
— lengua de consistencia blanda, de color ciaro: vacío.

Lengua rosa:

— rosa pálido: vacío de la energía del Corazón, del Bazo y de la Sangre;
— rosa y fresca: plenitud de Yang, vacío de Yin;
— rosa y deslucida: insuficiencia de la energía y del líquido orgánico;
— rosa, brillante y seca: agotamiento del líquido orgánico debido a una transpiración excesiva.

Lengua roja:

— lengua de un rojo brillante: enfermedad de calor, vacío de Yin, plenitud del Fuego;

— punta de la lengua roja: subida del Fuego del Corazón a la parte superior del cuerpo;
— borde de la lengua roja: ataque del Fuego por el Calor;
— lengua roja, seca, brillante: ataque de la energía Yin;
— lengua roja, sembrada de puntos violáceos: aparición inminente de una erupción;
— lengua rojo claro sembrada de puntos rojos oscuros: signo precursor de la ictericia.

Lengua rojo oscuro:

— lengua rojo oscuro: transmisión del calor perverso en la sangre y el líquido orgánico;
— rojo oscuro, pero cuyo centro está desecado: libramiento del Fuego proveniente del Corazón y del Estómago, que lleva un empobrecimiento del líquido orgánico;
— rojo oscuro y pegajoso, viscoso al tacto: insuficiencia del líquido orgánico con subida de la Humedad-Calor, transformándose en elementos impuros (humores, esputos), estorbando la circulación de la energía del Maestro Corazón;
— rojo oscuro, cubierta de una falsa cepa: acumulación de la energía impura en el Calentador Medio *(Chong Jiao);*
— rojo oscuro y sembrada de puntos de un rojo vivo: penetración del calor tóxico en el Corazón;
— rojo oscuro, deslucida, desecada: agotamiento de la energía del Riñón Yin.

Lengua violeta:

— violeta: estancamiento sanguíneo debido a intoxicación alcohólica u otra clase;

— violeta, cubierta de una capa blanca: signo de ataque por el Frío o de intoxicación alcohólica;
— violácea, lisa, deslizante: ataque directo del Hígado y de los Riñones por el Frío perverso;
— violeta, cubierta de una capa amarillenta y seca: ataque de los órganos y principalmente del Bazo y del Estómago por el Calor.

Lengua índigo:

— índigo, con capa: ataque grave de los órganos y entrañas, pero aún curable;
— índigo brillante, sin capa: deficiencia importante de la energía y de la sangre, enfermedad de cariz muy grave según cómo sean los oaracteres del pulso.

3. *Significación patológica de las modificaciones de la envoltura de la lengua:*

Es principalmente importante distinguir la verdadera y la falsa envoltura:

— la verdadera envoltura es producida por la mucosa lingual, adherida a la lengua, y es difícil de despegar;
— la falsa envoltura no es adherente y es fácilmente despegable. Es debida a acumulación de las impurezas provenientes del estómago.

A continuación hay que discernir los colores artificiales envueltos por las sustancias alimenticias.

- *Envoltura blanca:*

En general, la envoltura blanca es el signo de afecciones:

— envoltura blanca, fina y deslizante: afección externa causada por el Viento-Frío;
— envoltura blanca lisa, grasa y pegajosa: afección externa causada por la humedad.

8. Examen de los miembros

El examen de los miembros es el mismo que en la Medicina Occidental. Tiene por objeto poner en evidencia las enfermedades vasculares, las parálisis, las afecciones reumáticas...

En particular, en caso de contractura y de espasmo, es esencial detenerles a un ataque por el Frío o el Calor.

a) **Examen de las uñas.** Hay un valor de orientación diagnóstico:

— uñas pálidas y débiles: signo de vacío de los Pulmones y del Estómago, causado por el Frío;
— uñas blanquecinas: signo de vacío de la sangre;
— uñas verde negruzco: signo de gravedad;
— la prueba de compresión de las uñas tiene un valor pronóstico. Consiste en comprimir las uñas y en apreciar el tiempo que tardan para recobrar su color anterior. Ese tiempo de decoloración es, por tanto, más largo cuanto la enfermedad es más grave.

b) **Examen del índice.** Constituye una etapa esencial de todo examen pediátrico. Las tres falanges del índice son llamadas las «Tres Barreras»:

La 1.ª falange es la Barrera del Viento.
La 2.ª falange es la Barrera de la Energía.
La 3.ª falange es la Barrera de la Vida.

El examen debe ser hecho a la luz natural.

De la mano izquierda se coge el índice del niño, y con el pulgar mojado en agua fría se le frota desde la Barrera de la Vida hasta la Barrera del Viento (es decir, de la extremidad hasta la base del índice). Y se observa la coloración que aparece en esos tres niveles.

— color ligero, mezclado de rojo y de amarillo: signo de buena salud;
— color violáceo: enfermedad ofensiva del Frío;
— color amarillo: enfermedad ofensiva de la Humedad;
— color verde: ataque de los meridianos por el Viento;
— color negro: enfermedad ofensiva de la energía curiosa;
— color blanquecino con labios pálidos: enfermedades debidas al vacío de Yang.

En ese último caso, el color es siempre pálido durante las cuatro estaciones:

— rojo pálido: vacío cubierto por el Frío;
— verde pálido: vacío cubierto por el Viento;
— violáceo pálido: vacío cubierto por el Calor.

Es la expresión de un terreno frágil unido a una insuficiencia de la energía del Calentador Medio.

Cuales sean agudas o crónicas, las enfermedades que comportan un color blancuzco con labios pálidos son enfermedades de vacío. Por consecuencia, no hay que emplear jamás la técnica de dispersión.

El examen del índice puede abastecer otras donaciones que tengan un valor de orientación diagnóstico.

Así:

— sensación de rugosidad a nivel de las Barreras: signo de plenitud traduciendo la existencia de un obstáculo sobre la circulación energética Yong y Oé creado por la energía perversa, la cual resulta de la fusión de la Humedad y de Viento-Calor;
— coloración pareciendo emerger a la superficie: enfermedad externa;
— coloración pareciendo sumergirse en profundidad: enfermedad interna.

El examen del índice puede tener igualmente un valor pronóstico. Se funda en el asiento de la coloración:

— en la Barrera del Viento: enfermedad benigna;
— en la Barrera de la Energía: enfermedad grave;
— en la Barrera de la Vida: enfermedad difícil de tratar.

II. LA AUDICIÓN Y LA OLFACIÓN

En Medicina china es tradicional colocar la audición y la olfación en el mismo cuadro y enfrentar dos rúbricas:

— el sonido;
— el olor.

1. El sonido

La voz:

— Voz débil y baja: signo de vacío en las afecciones internas.
— Voz sonora: signo de plenitud en las afecciones externas.
— Voz alta, con volubilidad, divagación: signo de ataque por el Calor, signo de plenitud.
— Voz baja, susurrante, taciturna: signo de ataque por el Frío, signo de vacío.
— Voz temblorosa: signo de ataque por el Viento-Hu- medad (la Humedad es transformada en humores).
— Tendencia al monólogo: signo de ataque de la energía mental.

La respiración:

— Respiración fuerte: signo de plenitud en las afecciones externas altamente febriles.
— Respiración débil: signo de vacío en las afecciones internas crónicas, donde la energía esencial no está aún recobrada o en las hemorragias.

La tos:

Se distingue:

— Tos seca.
— Tos grasa.

La primera es de origen pulmonar, puesto que:

Pulmones = Otoño = Sequedad.

La segunda es de origen esplénico, puesto que:

Bazo = Fin de verano = Humedad.

Tos seca de aparición reciente: Obstrucción de la energía perversa en los Pulmones.

Tos seca crónica: Deficiencia de los órganos internos con desecamiento del líquido orgánico predispuesto a la tuberculosis.

Tos apagada de aparición reciente: Plenitud de los Pulmones debida al Frío perverso o al Fuego perverso.

Tos apagada crónica: Vacío del Pulmón con insuficiencia de la energía Tinh (quintaesencia de la energía).

Tos con obstrucción y derrame nasal: Enfermedad ofensiva provocada por la energía perversa.

Tos quintosa, emética: Tos ferina.

Vómitos:

— Vómitos de líquido claro y de humores con lengua blanquecina, deslizante, y pulso pequeño sin fuerza: penetración del Frío en el Estómago.
— Vómitos de esputos espesos o de líquido amarillo ácido o amargo con cobertura lingual amarilla y pulso cambiante y fuerte: penetración del Calor en el Estómago.
— Vómitos post-prandiales: vacío del Bazo y de los Riñones (el Bazo no puede cumplir sus funciones digestivas).

— Vómitos con estreñimiento, hinchazón abdominal, picazón del pecho y retirada de la energía impura: plenitud en el interior.

Hipo:

— Hipo que sobreviene a golpes y provoca un ruido sonoro: plenitud causada por el Calor. Se observa, sobre todo, en las enfermedades ofensivas del Frío y se acompaña a menudo de estreñimiento. Está unido al problema de la circulación de la energía del Estómago que no puede dirigirse hacia abajo.
— Hipo que provoca un ruido bajo y débil: vacío del Frío generalmente secundario con diarrea crónica que conlleva una deficiencia de Yang del Bazo.
— Hipo discontinuo, intermitente, caracterizado porque sobreviene una sacudida única a intervalos espaciados: degradación de la energía de! Estómago en las enfermedades crónicas y muy graves.

Eructo:

— Eructo fuerte de gas de olor agrio y acre: estancamiento de las energías del Bazo y del Estómago con liberación brusca, intermitente.
— Eructo producido de gas inodoro: deficiencia de la energía del Hígado en relación con los problemas del Bazo y del Estómago.

2. Olor

El olor proveniente de la enfermedad, de la boca, de la nariz, de los pulmones, de los esputos, lo mismo que el olor de las deposiciones, de los orines, pueden aportar datos útiles para el diagnóstico.

Ejemplos:

— deposiciones de olor ácido, fétido: acumulación de Calor en el Intestino;
— deposiciones líquidas de olor nauseabundo (como el pescado): penetración del Frío en el Intestino;
— orines turbados y de olor amoniacal muy fuerte: agotamiento de Humedad-Calor en la Vejiga;
— emisión de gas fétido: estancamiento de los alimentos no digeridos.

III. EL INTERROGATORIO

El interrogatorio es una etapa esencial. Tiene por objeto reconstituir la historia de la enfermedad. Reposa en los principios idénticos a los del interrogatorio practicado en Medicina Occidental. Se singulariza, sin embargo, por algunas particularidades inherentes a las nociones fundamentales de:

Yin-Yang, Vacío-Plenitud, Interior-Exterior, Calor-Frío.

Así, tomar los caracteres del comienzo de la enfermedad es buscar a tener las impresiones de diagnóstico sobre las primeras manifestaciones clínicas.

Por ejemplo:

— si el enfermo se lamenta de cefalea, teme el frío y tiene fiebre, es signo de que la enfermedad es externa;
— si el enfermo se lamenta de dolores abdominales, tiene diarrea con los miembros helados, es signo de que la enfermedad es interna;
— si el enfermo presenta al comienzo signos de afección ligera que, poco a poco, se transforma en enfermedad grave, hay que buscar «la Raíz» y «la Cima» de la enfermedad; es decir, buscar las causas principales y secundarias, los caracteres benignos y graves, observar la velocidad de evolución de la enfermedad a fin de aplicar una terapéutica apropiada;
— si el enfermo presenta de golpe signos graves, que súbitamente se cambian en signos benignos, hay que examinar el Vacío y la Plenitud, lo normal y lo anormal de la enfermedad, ya que a menudo la energía perversa se debilita al mismo tiempo que la energía del cuerpo;
— si los signos de opresión torácica y de hinchazón abdominal se manifiestan después de una crisis de asma, por ejemplo, la afección está en los pulmones. Por contra, si la opresión y la hinchazón se manifiestan después de la crisis de asma, la afección está en el Bazo.

Es por lo que el interrogatorio es uno de los cuatro elementos importantes de diagnóstico. Debe hacerse sobre:

1. Frío-Calor

— Fiebre con estremecimientos, sin sudores, acompañada de cefalea y de agotamiento: ataque por el Viento Frío (energía perversa localizada en el exterior).
— Fiebre con sudores, acompañada de sed, estreñimiento, orines oscuros, delirio onírico: plenitud de Calor en el interior (Energía perversa que invade el interior).
— Fiebre continua, persistente, pero sin frialdad, con cefalea, palmas de las manos calientes y desagradables, pómulos rojos, labios secos: vacío de Yin transformándose en Calor.
— Fiebre con sudoración, agotamiento, palidez del rostro y de los labios, boca normal, ligero temor del viento, temor del frío: vacío de Yang transformándose en Calor.
— Sensación de Frío en la espalda: vacío del Riñon Yang.
— Sensación de Frío en los miembros: vacío del Yang del Bazo.

2. Sudores

— Síndromes externos sin sudores: plenitud del exterior.
— Síndromes extemos con sudores: vacío del exterior.
— Sudoración que lleva la desaparición de la frialdad, pero persistencia de la fiebre: penetración de la energía perversa en el interior.
— Transpiración y ahogo por el esfuerzo: vacío de Yang.
— Sudores nocturnos: vacío de Yin.
— Sudores amarillentos: ataque por la Humedad-Calor.
— Sudores frontales: vacío de Yang y escape de la energía.

— Sudores aceitosos, pegajosos: agotamiento de las glándulas sudoríparas.

3. Cabeza

— Cefaleas unidas a un ataque de los meridianos: la clasificación está basada sobre la topografía del dolor.
— Cefalea occipital irradiante hacia la nuca: ataque del meridiano de la Vejiga.
— Cefalea frontal: ataque de los meridianos Yang Ming.
— Cefalea temporo-parietal: ataque del meridiano de la Vesícula Biliar.
— Cefalea con sensación de compresión del cráneo: ataque del meridiano del Bazo.
— Cefalea con sensación de tironeamiento intercraneano: ataque de los meridianos Chao Yin.
— Cefalea localizada en el vértex: ataque del meridiano del Hígado.
— Cefaleas debidas a las afecciones internas: son intermitentes y acompañadas de vértigos y de deslumbramientos.
— Cefaleas debidas a las afecciones externas: son continuas y acompañadas de fiebre y estremecimientos.
— Cefaleas con sensación de hinchazón de la cabeza: ataque por la humedad.
— Vértigos con signos de plenitud: acumulación de la Humedad (humores = Yin impuro) trabando la subida de la energía.
— Vértigos con signos de vacío: insuficiencia de los Riñones son, como consecuencia, la liberación del Yang del Hígado.
— Tortícolis: vacío del cerebro.

4. Tronco y miembros

— Dolor continuo: ataque por el Frío perverso.
— Dolor irradiante en todo el cuerpo: ataque por el viento perverso.
— Dolor del cuerpo y de los miembros con dificultad para caminar: ataque por el Frío-Humedad, dificultando la circulación energético-sanguínea.
— Dolor del cuerpo con cefalea: ataque por la energía perversa.
— Dolor del cuerpo con rojez e hipertermia cutánea, angustia y sed: gran plenitud del «Fuego» a nivel de Yang Ming.
— Entorpecimiento de un parte cualquiera del cuerpo: vacío de la energía a ese nivel.
— Parestesia de los dedos irradiante hacia el antebrazo y el codo: signos inaugurales del ataque por el viento.
— Dolor del cuerpo con adelgazamiento que sobreviene en el curso de las enfermedades crónicas. Insuficiencia de la energía y de la sangre.
— Pesadez y dolor del cuerpo con problemas de la motilidad: ataque por la Humedad perversa que invade los músculos y los meridianos.
— Sensación de «cuerpo pesado como una piedra» con imposibilidad de moverse: signo de muerte.

5. Deposiciones

— Estreñimiento compuesto de deposiciones duras y secas, olor hediondo o agrio: plenitud del Calor.

— Diarrea compuesta de deposiciones líquidas, claras, de olor «nauseabundo como el pescado»: vacío provocado por el Frío.
— Deposiciones de color negro como ungüento: signo de estancamiento sanguíneo.
— Deposiciones violáceas: ataque por la Humedad-Calor.
— Estreñimiento con pulso y signos que traducen la plenitud inducida por el Calor: concentración de Yang.
— Estreñimiento con pulso y signos en relación con el Vacío inducido por el Frío: concentración de Yin.
— Estreñimiento con pulso y signos traduciendo una deficiencia de Sangre: desecamiento de la sangre y del intestino.
— Diarrea compuesta de deposiciones conteniendo alimentos no digeridos asociada a los pulsos y signos evocadores del Vacío inducido por el Frío: diarrea provocada por el Frío.
— Diarrea compuesta de deposiciones líquidas con sensación de ardor anal asociada a los pulsos y signos traduciendo la plenitud: diarrea provocada por el Calor.

6. Orines

— Orines amarillos y rojos: signo de Calor.
— Orines claros y blancos: signo del Frío.
— Polaquiuria compuesta de orines amarillos y turbios: signo de Humedad.
— Polaquiuria con, a veces, incontinencia de orines, compuesta de orines claros y blancos: vacío de la energía.
— Poliuria compuesta de orines claros en el curso de una enfermedad del calor.

— Poliuria compuesta de orines amarillos que se aclaran progresivamente en el curso de una enfermedad febril: signo de mejoramiento.
— Poliuria, polidipsia con adelgazamiento: diabetes delgada.

7. Alimentación

«Mientras haya energía en el Estómago, hay vida; cuando está tarada, es la muerte» (Nei King).

— Vuelta progresiva del apetito en el curso de las enfermedades incluso las graves: restauración progresiva de la energía del Estómago y evolución favorable de la enfermedad.
— Anorexia tendente a agravarse en el curso de las enfermedades aparentemente benignas: deficiencia energética del Bazo y del Estómago, evolución desfavorable de la enfermedad.
— Mejoramiento de la enfermedad por la alimentación: signo evocador de los síndromes de vacío.
— Agravación de la enfermedad por la alimentación: signo evocador de los síndromes de plenitud.

Pero en la práctica, la diferenciación del Vacío y de la Plenitud debe reposar sobre el contexto clínico y el examen de los pulsos.

— Anorexia y eructos: ataque del Estómago por el Frío.
— Bolumia: ataque del Estómago por el Calor.
— Si el enfermo come frecuentemente y sigue teniendo hambre o si el enfermo come abundantemente y sigue delgado: signo de Fuego intenso en el Estómago.

— Boca ácida: calor en el Hígado.
— Boca «nauseabunda como el pescado»: Calor en los Pulmones.
— Boca salada: Calor en los Riñones.
— Boca sosa: Humedad en el Estómago y en los Intestinos o deficiencia energética del Estómago.
— Preferencia marcada por los alimentos ácidos: enfermedad del Hígado.
— Preferencia marcada por los alimentos amargos: enfermedad del Corazón.
— Preferencia marcada por los alimentos azucarados: enfermedad del Bazo.
— Preferencia marcada por los alimentos picantes: enfermedad de los Pulmones.
— Preferencia marcada por los alimentos salados: enfermedad de los Riñones.

8. Pecho y abdomen

a) Es una buena regla clínica evocar, según la situación del dolor, todos los diagnósticos posibles:

— Dolor en el Chang Jiao (Calentador Superior): evocar la enfermedad del Corazón, de los Pulmones y del diafragma.
— Dolor en el Chong Jiao (Calentador Medio): las enfermedades del Hígado y del Bazo.
— Dolor en el Cha Jiao (Calentador Inferior): las enfermedades del Intestino Grueso, del Intestino Delgado, de la Vejiga, del útero…

b) En segundo lugar, hay que precisar los caracteres de vacío o de plenitud de la enfermedad.

En favor de la plenitud, litigan los elementos siguientes:

— aparición reciente;
— hinchazón y pesadez abdominal post-prandial;
— dolor violento y de asiento fijo.

En favor del vacío:

— enfermedad generalmente crónica;
— alivio por las comidas;
— dolor moderado, continuo, sin asiento fijo.

c) Por último, el tiempo capital es la búsqueda de la causa:

— dolor costal de intensidad viva: estancamiento sanguíneo;
— dolor y opresión costal: problemas de la energía del Hígado;
— dolor epigástrico violento con frialdad, vómitos de líquido frío y exacerbación de todos esos signos bajo la influencia del Frío: ataque del Estómago por el Frío;
— dolor epigástrico con indigestión penosa, exacerbada por la alimentación y la palpación, acompañada de eructos, olor ácido o acre: plenitud del Estómago;
— dolor epigástrico que sobreviene por crisis, acompañado de indigestión penosa y de eructos: desarmonía entre el Hígado y el Estómago;
— dolor abdominal, borborigmos, vómitos y diarrea, acompañados de fiebre y de ansiedad: plenitud inducida por el Calor-Humedad;

— dolor abdominal continuo y diarrea con miembros helados y frialdad: vacío inducido por el Frío-Humedad;
— dolor abdominal, indigestión penosa con fiebre, sed, nerviosidad, insomnio: plenitud inducida por el Calor.

9. Zumbidos y sordera

— Sordera de instalación brutal: debida a la plenitud.
— Sordera crónica: debida al vacío.
— Sordera que sobreviene en el curso de una enfermedad ofensiva del Frío: obstrucción de Chao Yang (V. B.) por la Energía Perversa.
— Sordera que sobreviene en el curso de una afección de calor latente, bloqueo de la circulación de la energía Tinh Yin hacia la parte superior del cuerpo, produciéndose obstrucción de la oreja por el Fuego perverso.
— Sordera que sobreviene en el curso de una enfermedad ofensiva de Viento-Calor con obstrucción nasal y cefalea: benigna, fácil de curar.
— Sordera debida al vacío de la energía o al escape de la energía Tinh: grave, difícil de curar.
— Sordera de la persona mayor de edad: deficiencia energética.
— Zumbidos que aumentan de intensidad a la compresión de la oreja con nerviosidad, estreñimiento y a veces náusea y vómito: signo de plenitud.

10. Sed

— Gran sed, polidipsia, frecuencia marcada por las bebidas frescas: plenitud engendrada por el Calor.
— Deseo de beber frecuentemente, pero no abundantemente: signo de vacío.
— Sed sin polidipsia: ataque por el Calor-Humedad.
— Preferencia marcada por las bebidas calientes: vacío engendrado por el Frío.

11. Ginecología

— Reglas precoces, con color fresco o violáceo, dolor en el bajo vientre exacerbado por los masajes, la palpación: plenitud engendrada por el Calor.
— Retraso de las reglas, color deslucido, dolor premenstrual, oligomenorrea, lumbalgia: vacío engendrado por el Frío.
— Amenorrea con fiebre, tos grasa, adelgazamiento, sudor difícil de tratar.

IV. LA PALPACIÓN

La palpación comprende dos partes:

— La palpación de las diferentes regiones del cuerpo, que es igual a la practicada en la Medicina occidental, y

— la palpación de los pulsos sobre la cual vamos a extendernos largamente, ya que la esfigmología oriental, que es uno de los métodos diagnósticos fundamentales en Medicina energética, presenta numerosas diferencias con la esfigmología occidental.

1. Examen de los pulsos

El estado de la circulación energético-sanguínea en todo el organismo puede ser apreciado en las tres regiones:

- región superior cabeza;
- región media: miembros superiores;
- región inferior: miembros inferiores.

Cada región está dividida en tres niveles, correspondientes, respectivamente, al Cielo, a la Tierra y al Hombre.

Región superior:

Nivel Cielo: El pulso revelador se encuentra en el punto Tae Yang, sobre las sienes. Está destinado a explorar la energía de los dos lados de la cabeza.

Nivel Tierra: El pulso revelador se encuentra en el punto 3 E. (Tchu Lion), sobre las mejillas. Está destinado a explorar la energía de la boca y de los dientes.

Nivel Hombre: El pulso revelador se encuentra en el punto 21 TC. (Eu Menn), delante de las orejas. Está destinado a explorar la energía de las orejas y de los ojos.

Región media:

Nivel Cielo: El pulso revelador se encuentra en la muñeca, en el lugar llamado Pulgar, sobre la arteria radial. Está destinado a explorar la energía de los Pulmones.

Nivel Tierra: El pulso revelador se encuentra en el punto 4 I. G. (Ro Kou). Está destinado a explorar la energía intratorácica.

Nivel Hombre: El pulso revelador se encuentra en el punto 7 C. (Shen Menn). Está destinado a explorar la energía del Corazón.

Región inferior:

Nivel Cielo: El pulso revelador se encuentra en el punto 10 H. sobre la arteria femoral o en el punto 3 H, Está destinado a explorar la energía del Hígado.

Nivel Tierra: El pulso revelador se encuentra en el punto 3 R., sobre la arteria tibial posterior. Está destinado a explorar la energía del Riñon.

Nivel Hombre: El pulso revelador se encuentra en el punto 11 B., sobre la arteria femoral, o en el punto 42 E., sobre la arteria pediosa. Está destinado a explorar la energía del Bazo y del Estómago.

2. Pulsos de las muñecas

En la práctica médica corriente, el examen del pulso es practicado sobre la arteria radial a nivel de las muñecas. Sobre cada muñeca, el pulso se tantea con tres dedos colocados, respectivamente, sobre el «Pulgar» (9 P), la «Barrera» (8 P) y el «Pie» (7 P) (Fig. 1).

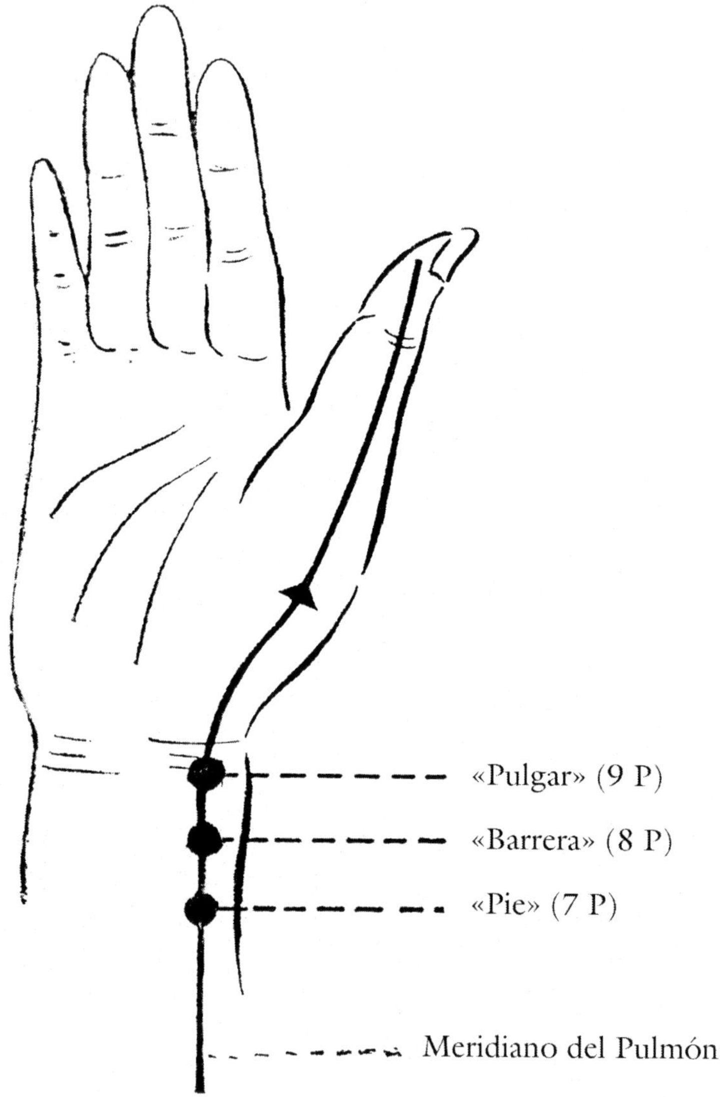

Fig. 1. *Los pulsos de la muñeca.*

La energía de los órganos se dirige de abajo hacia arriba, y se manifiesta por los pulsos superficiales. La energía de las entrañas se dirige de arriba hacia abajo, y se manifiesta por los pulsos profundos.

En otros términos:

— el órgano (Yin, interno) tendrá una manifestación externa, es decir, superficial;
— la entrada (Yang, externa) tendrá una manifestación interna, es decir, profunda.

Resultando que:

— el pulso del órgano es superficial y se toma en la superficie;
— el pulso de la entraña es profundo y se toma en profundidad.

A nivel de las muñecas, los pulsos de los órganos y de las entrañas que son la expresión de su estado energético, están dispuestos de la forma siguiente:

En la muñeca izquierda:

En el «Pulgar» (9 P):	en superficie: Corazón
	profundamente: Intestino Delg.
En la «Barrera» (8 P):	en superficie: Hígado
	profundamente: Vesícula Biliar
En el «Pie» (7 P):	en superficie: Riñón-Yin
	profundamente: Vejiga

En la muñeca derecha:

En el «Pulgar» (9 P):	en superficie: Pulmones
	profundamente: Intestino Grso.
En la «Barrera» (8 P):	en superficie: Bazo
	profundamente: Estómago
En el «Pie» (7 P):	en superficie: Riñón-Yang
	profundamente: Calentador inf.

Explicación: El emplazamiento de los pulsos de los órganos debe obedecer a las leyes de los «5 Movimientos». En efecto, las cadenas «productoras» son:

Fuego - Tierra - Metal - *Agua* - Madera - Fuego

En esta relación, remarcaremos dos elementos: Fuego y Agua, que corresponden al Riñón-Yin y al Riñón-Yang; es decir:

a) Fuego (Riñón-Yang) → Tierra (Bazo) - Metal (Pulmón);
b) Agua (Riñón-Yin) → Madera (Hígado) - Fuego (Corazón).

En los cuales el pulso del Bazo se encuentra en la muñeca derecha con el del Riñón-Yang y de los Pulmones; el pulso del Hígado se encuentra en la muñeca izquierda con el del Riñón-Yin y del Corazón.

La repartición de los pulsos de los 5 órganos y de las 6 entrañas puede ser establecida según la ley de los «5 Movimientos» y los acuerdos entre el Yin y el Yang en la tabla siguiente:

TABLA DE LOS EMPLAZAMIENTOS DE LOS PULSOS NORMALES

ENTRAÑA (profunda)	ÓRGANO (superficial)	MUÑECA IZQUIERDA	«CINCO MOVIMIENTOS»	MUÑECA DERECHA	ÓRGANO (superficial)	ENTRAÑA (profunda)
I. D.	Corazón	Pulgar	FUEGO - - - → METAL	Pulgar	Pulmones	I. G.
V. B.	Hígado	Barrera	MADERA - - - → TIERRA	Barrera	Bazo	Estómago
V.	Riñones-Yin	Pie	AGUA - - - → FUEGO	Pie	Riñones-Yang	Canal Interno del T. C. (hacia la Vejiga y Riñón)
PRODUCCIÓN ——→			*DESTRUCCIÓN* - - - →			

3. Protocolo

El enfermo:

—instalado de preferencia en posición de decúbito dorsal o en posición sentado;

— debe despojarse de las vestimentas muy apretadas, puesto que pueden dificultar la circulación energética. La toma del pulso debe hacerse, en principio, por la mañana, en ayunas. Es el momento ideal en que el pulso está aún en estado estático y en que la energía y la sangre no están aún perturbadas por las actividades de la vida cotidiana. La absorción de alcohol modifica el estado del pulso lo mismo que subir una escalera o una larga caminata. Es una buena regla clínica dejar al paciente en reposo durante una quincena de minutos antes de tantear el pulso, lo que permite al pulso y a la respiración tomar su ritmo normal.

El médico:

— debe estar tranquilo, la respiración normal, puesto que sus movimientos respiratorios son tomados como unidad de tiempo. Hay que concentrar la atención en analizar las sensaciones percibidas en la punta de los dedos. Hay que colocar en primer lugar el mayor sobre la Barrera, enfrente del estiloide radial, después el índice sobre el Pulgar y el anular sobre el Pie, y utilizar los tres dedos de la mano derecha para tantear los pulsos de la mano izquierda y los tres dedos de la mano izquierda para tantear los pulsos de la mano derecha del paciente.

El examen:

Comporta dos tiempos:

— un examen global de los pulsos que permite apreciar el estado general de la circulación energética en el organismo entero;
— un examen «diferencial» que permite determinar el estado de la energía de cada uno de los cinco órganos y de las seis entrañas.

La técnica consiste en:

— ejercer para cada pulso tres grados de presión: ligera, media, fuerte;
— aplicar una presión de la superficie hacia la profundidad, después una descompresión de la profundidad hacia la superficie (fig. 2);
— estudiar el estado de los pulsos por, al menos, 50 latidos.

Esta técnica permite determinar los diferentes caracteres del pulso:

— el grado de profundidad (superficial o profundo);
— el ritmo (regular o irregular);
— la velocidad ((lento o rápido);
— la fuerza (débil o potente);
— la consistencia (blando o duro);
— la forma (grande o pequeño, largo o corto, curvo o recto);
— cariz (deslizante o rasposo)...

4. Pulsos normales

Los pulsos normales son los pulsos que encierran la energía del Estómago, la Energía mental y la energía ancestral.

La energía del Estómago es un elemento indispensable. Según So Ouenn: «En tanto que hay energía en el Estómago, hay vida. Cuando está tarada, es la muerte.»

La presencia de la Energía de! Estómago se traduce por: un pulso que no es flotante (demasiado superficial), ni inmerso (demasiado profundo), ni demasiado rápido, ni demasiado lento, tranquilo, regular, armonioso, ondulante.

La presencia de la energía mental es igualmente de una gran importancia. Confiere al pulso su fuerza y su equilibrio.

En fin, todo pulso debe tener su fuente, es decir, tener la energía ancestral. La fuente del pulso se encuentra en los Riñones. Mientras hay energía en los Riñones, el pulso posee su fuente. El pulso del Pie está destinado a explorar la energía de los Riñones. Es de una importancia vital. Según el libro de esfimología Mach Quyet: «Incluso si los pulsos del Pulgar y de la Barrera desaparecen, la persistencia del pulso del Pie permite afirmar que la vida del enfermo no está en juego».

Factores que influyen en el estado del pulso

— Sexo: el pulso de la mujer es, en general, más blando y más débil que el del hombre.

— Edad: en general es:

- pleno y grande en el sujeto joven;
- débil en el sujeto mayor de edad;
- rápido en el niño.

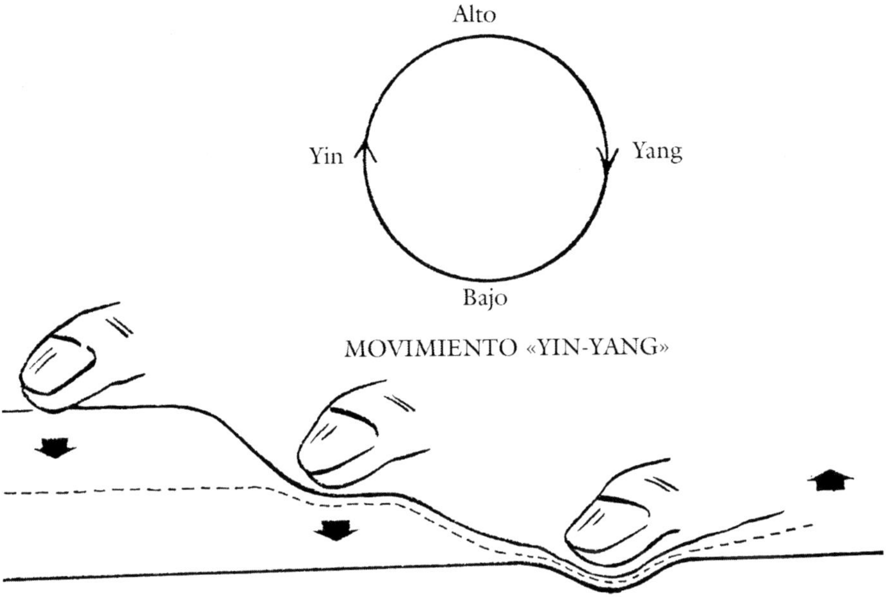

Fig. 2. MOVIMIENTO DEL DEDO DURANTE LA PALPACIÓN DEL PULSO.

Movimiento al encuentro de la energía Yin y Yang; es decir, hacia la profundidad para los órganos, hacia la superficie para las entrañas.

— Constitución: en el sujeto longilíneo es más largo que en el sujeto brevilíneo; en el sujeto delgado es relativamente más superficial que en el sujeto grueso. En el trabajador intelectual es más débil que en el trabajador manual.
— Esfuerzo físico: después de un esfuerzo físico intenso, el pulso se convierte en amplio y rápido. Después de una larga caminata se convierte en presionado.
— Alimentación: después de absorber alcohol, el pulso se convierte en rápido; después de la comida se convierte en amplio, retardado y relativamente potente. Después de muchos días de ayuno se convierte en débil.

Factores psíquicos y entorno

Los siete estados afectivos: cólera, miedo, angustia, tristeza..., tienen todos una influencia perturbadora sobre el pulso.

• *Entorno:* El estado de los pulsos depende igualmente del medio físico en el cual vive el sujeto, puesto que el Hombre resulta do la reunión de las energías del Cielo y de la Tierra. Ahora bien: el Cielo y la Tierra cambian según el Yin-Yang, según las cuatro estaciones, es natural que el Hombre, que es el producto, sufra cambios correlativos.

En la Primavera, que es la estación de renovación de la naturaleza, el pulso es ligero, deslizante, derecho y largo. Nei King lo designa bajo el término de «pulso tenso» (Huyen). Los seis grupos de pulsos de las dos muñecas son ligeramente tensos.

En Verano, que es la estación del crecimiento, el pulso es fuerte al comienzo y débil al terminar. Es el fenómeno del «pulso amplio»

(Hong); según Nei King: Los seis grupos de pulsos son ligeramente amplios.

En Otoño, que es la estación de absorción y en la que en el Yang comienza a debilitarse, el pulso se afina, pero queda superficial. Produce en el dedo que lo palpa la sensación de «ser ligero como una pluma», de ahí viene el nombre de pulso pluma (Mao) que se lo da.

En Invierno, que es la estación de conservación, de recelo, el pulso es profundo y «duro como la piedra». Es por lo que se le llama «pulso de piedra» (Thach).

En resumen, el pulso es:

— tenso en primavera;
— amplio en verano;
— ligero en otoño;
— duro en invierno.

5. Pulsos patológicos

Para reconocer el estado patológico de un pulso, la Medicina china se basa en su situación (profundo o superficial), su ritmo (regular o irregular), su velocidad (lento o rápido), su forma (largo, corto, grande, pequeño...) y su aspecto energético (vacío, pleno).

Así por ejemplo:

— el pulso es llamado superficial o profundo, se conoce su localización;
— el pulso es llamado lento o rápido, se cuenta el número de latidos por respiración;

— el pulso es llamado largo o corto, grande o pequeño, deslizante o rugoso, se conoce su forma;
— el pulso es llamado vacío o pleno, se reconoce su estado energético.

Clínicamente, el pulso patológico no presenta un carácter único; reviste siempre, simultáneamente, dos o tres aspectos. Lo que hace que cuando se examina el pulso hay que buscar el carácter principal y el o los caracteres secundarios. Es el conjunto de caracteres del pulso que permitirá identificar los problemas de la energía del cuerpo, que provienen de la energía perversa.

Por ejemplo, un pulso superficial (principal) y presionando (secundario) indicará una enfermedad causada por el frío; un pulso superficial y tenso, una dispepsia; un pulso superficial y rápido, una enfermedad causada por el viento y el calor (energías asociadas).

Igualmente, los pulsos patológicos de los órganos y entrañas revisten aspectos diferentes a nivel del «pulgar», de la «barrera» y del «pie». Esos caracteres designarán la enfermedad de los órganos o entrañas, provocadas por el frío o el calor, el vacío o la plenitud.

La Medicina china describe, en sus grandes líneas, 28 pulsos patológicos «de carácter únicos», con el fin de facilitar el estudio, sin contar otros pulsos para identificar las enfermedades graves y a menudo mortales.

1. *Pulso superficial* (Phu)

Perceptible en el momento del toque, al más ligero contacto se reduce, pero no produce la sensación de vacío a la presión, parece flotante y fluido a la descompresión. Se dice (que el pulso está a flor de piel. En la inmensa mayoría de los casos, es un signo evocador de los problemas de origen externo. Puede ser debido a la plenitud o al vacío según que el pulso esté dotado de una cierta fuerza o desprovisto de ella. Pero a veces puede aparecer en el curso de las enfermedades internas crónicas; es entonces la expresión del Vacío de Yin o de una pluralidad de vacíos.

2. *Pulso profundo* (Trâm)

Está situado profundamente, hay que apoyar fuertemente para sentirlo. En la inmensa mayoría de los casos es la expresión de los desórdenes de origen interno que pueden estar ligados al Vacío o a la Plenitud. En el caso de plenitud inducida por el Calor o el Fuego perverso es secuestrada en el interior, el pulso es profundo y dotado de una cierta fuerza. Se nota, sin embargo, que el pulso profundo puede observarse igualmente en ciertos problemas de origen externo, de instalación reciente. Se trata del fenómeno de extricción del Exterior por el Frío y el Viento, responsable de un eclipse de Yang por el Yin, molestando, con ello, la emergencia de la energía al exterior.

3. *Pulso lento* (Tri)

Menos rápido que el normal (menos de cuatro pulsaciones por respiración), 60 latidos por minuto. Es un signo de ataque por el frío que puede revestir el aspecto de vacío o de plenitud según que el pulso esté dotado de fuerza o desprovisto de ella. El pulso lento y superficial es el índice del vacío de Yang en el exterior. El pulso lento y profundo testimonia un debilitamiento de Fuego en el interior.

4. *Pulso rápido* (Sac)

Más rápido que el normal (más de cinco pulsaciones por respiración), 80 por minuto. Es un signo de ataque por el Calor. El pulso rápido y superficial es el índice de una penetración de la energía perversa en el organismo, desencadenando una reacción activadora de Yang. El pulso profundo, rápido y dotado de fuerza es la traducción de un desorden de origen interno, de la plenitud del Fuego en el interior. El pulso profundo rápido, pero sin fuerza, produce bajo el dedo la sensación de vacío; puede aparecer en el curso de una enfermedad crónica generadora del vacío de Yin y determinando, como corolario, el triunfo de Yang. Es esa transferencia de Yang hacia el exterior lo que confiere al pulso todos esos caracteres.

5. *Pulso deslizante* (Hoat)

Es un pulso que va y viene y rueda como una perla. Ese pulso es normal en la mujer encinta y en los síndromes de riqueza de la sangre. Fuera de esos casos, constituye un signo de plenitud de acumulación de Humedad.

6. *Pulso rugoso* (Sâp)

Es un pulso que se adhiere con dificultad. Es lo contrario del pulso deslizante. Se observa en las anemias, en el agotamiento de la energía Tinh, la estancación energética o sanguínea y la obstrucción energética.

7. *Pulso vacío* (Hu)

Es un pulso superficial, lento y blando, desprovisto de fuerza tanto a la presión como a la descompresión. Se le encuentra en los síndromes de vacío (vacío de sangre, vacío de la energía).

8. *Pulso pleno* (Thuc)

Es un pulso sólido, duro, ¡argo y gran donador, bajo el dedo, la impresión de estar provisto de fuerza tanto a la presión como a la descompresión. Se observa en las afecciones de origen externo en que la energía perversa está en plenitud.

9. *Pulso largo* (Truong)

El pulso late largamente más allá de su emplazamiento. So observa en los casos de exceso de energía.

10. *Pulso corto* (Doan)

El pulso apenas golpea en su emplazamiento. Es rudo y da la impresión de no tener ni cabeza ni cola. Se le encuentra en los casos de insuficiencia de la energía esencial, de expoliación sanguínea y de obstrucción energética.

11. *Pulso amplio o grande* (Hông)

El pulso se desplaza con impetuosidad en grandes ondulaciones como las olas. Se observa:

— en las afecciones de origen externo ligadas al Fuego perverso;
— en las afecciones debidas al Vacío de la energía Yin en el interior, conllevando una emergencia del Calor Yang en el exterior;
— en los síndromes de escisión Yin-Yang.

12. *Pulso hilante* (Vi)

El pulso es extremadamente pequeño y blando, dando la impresión de ser imperceptible: «Tan pronto parece existir como parece desaparecer».

Es el signo de extravío de Yang, de deficiencia extremadamente grave de la energía y de la sangre, que anuncia el resultado faltal en breve vencimiento en la ausencia de reanimación de urgencia.

13. *Pulso presionado* (Khân)

Desplaza sus fuerzas, parejo a una cuerda que acaba de torcerse. Se le encuentra en las afecciones ligadas al ataque por el Frío y en los síndromes dolorosos debidos a la acumulación del Frío.

14. *Pulso retardado* (Hoan)

El pulso se desliza apacible y regularmente, pero un poco más lentamente que el pulso normal. Se observa:

- en el sujeto normal;
- en las enfermedades en vía de curación;
- en las afecciones debidas a la Humedad.

15. *Pulso dicrote* (Khâu)

Produce en el dedo la impresión de «apoyar sobre un tallo de cebolla que ha crecido naturalmente en el interior». Esta impresión es sentida también a la presión como en la descompresión. Se observa en todas las hemorragias.

16. *Pulso tenso* (Huyên)

Es largo y derecho como una cuerda de guitarra tensa, como una cuerda de arco vendada. Se le encuentra en las afecciones del Hígado debidas al Viento, en los síndromes de «congestión de la energía» y en las afecciones pulmonares debidas a la humedad.

17. *Pulso separado* (Cach)

Es vasto, tenso y superficial como la piel de un tambor. No puede ser percibido más que a la presión ligera, y no a la presión profunda.

Se le encuentra en las afecciones debidas al Frío, las hemorragias, la impotencia en el hombre y las metrorragias y los partos prematuros en la mujer.

18. *Pulso laborioso* (Lao)

Es un pulso grande, profundo, tenso y pleno. No es percibido más que a la presión profunda, y no se le siente más que a la presión ligera o mediana. Se encuentra en las afecciones debidas a la acumulación de la energía Yin secundaria en el ataque por el Frío, en los hematomas, en el estancamiento de la energía a nivel de la región dorsal.

19. *Pulso blando* (Nhu)

Es un pulso superficial, pequeño, que cede fácilmente al tocarlo. Es percibido solamente a un ligero contacto, al tocarlo, pero no a la presión. Se encuentra en la insuficiencia de la energía y de la sangre, en el vacío de Yin, en la insuficiencia de la energía del Riñon, en las afecciones de la médula, en la azoospermia y, en general, en todos los síndromes de vacío energético.

20. *Pulso débil* (Nhuoc)

Es un pulso profundo, pero muy pequeño y muy fino. En las enfermedades crónicas donde la energía esencial está en estado de vacío, la presencia de este tipo de pulso es un hecho habitual constante. En las enfermedades agudas en que la energía perversa está en plenitud, la presencia de ese pulso es un hecho anormal, insólito y constituye el índice de una evolución desfavorable.

21. *Pulso disperso* (Tan)

Es un pulso superficial, desparramado, en desorden. Se le siente desaparecer progresivamente a la presión mediana y no se siente nada a la presión profunda. Se observa en la insuficiencia de la energía de los riñones y en las enfermedades extremadamente graves.

22. *Pulso fino* (Tê)

Es un pulso pequeño y fino como un hilo, pero más claro, más perceptible que el pulso hilante. Se le encuentra en la deficiencia energética, en las afecciones provocadas por la Humedad y en la tuberculosis.

23. *Pulso escondido* (Phuc)

Es un pulso muy profundo, dando la impresión de estar aplacado contra el hueso subyacente. Ese pulso es debido a un problema de la circulación energética resultante del agotamiento de la energía perversa sobre la energía esencial. Aparece con claridad después de la transpiración.

24. *Pulso inquieto* (Dông)

Es un pulso deslizante, rápido y que se agita como un guisante que rueda. Se ve en los síndromes dolorosos, en la ansiedad y en la angustia. Según Trong Canh, será la expresión de una colisión Yin-Yang resultando de su desarmonía.

25. *Pulso excitado* (Xu)

Es un pulso rápido, acelerado, pero irregular, deteniéndose a veces de forma imprevisible. Se le encuentra en las afecciones provocadas por la plenitud del Fuego y en los problemas de la circulación energética provocada por obstáculos y en los problemas dispépticos.

26. *Pulso anudado* (Ket)

Es un pulso lento, pero irregular, deteniéndose de tiempo en tiempo de forma imprevisible. Se encuentra en todos los síndromes secundarios con una acumulación o una estancación de la energía en el interior del cuerpo.

27. *Pulso cambiante* (Dai)

Es un pulso que se detiene a intervalos de tiempo regular. Se encuentra en múltiples afecciones. Insuficiencia energética de los órganos. Afecciones debidas al Viento. Síndromes dolorosos. Angustia. Problemas psíquicos. Traumatismos graves.

28. *Pulso rápido* (Tat)

Es un pulso muy rápido, muy acelerado, 7 u 8 latidos por respiración. Se observa en la gran plenitud de Yang con agotamiento inminente de Yin y en el escape de la energía vital.

6. Comparación de los pulsos

La comparación de los pulsos permite mejor hacer salir sus caracteres y de tomar su significación:

1. *Lento (Tri) y retardado (Hoan)*

Lento: 3 latidos por respiración, pulso debilitado.
Retardado: 4 latidos por respiración, pulso apacible y suficiente.

2. *Profundo (Tram) y escondido (Phuc)*

Profundo: no se percibe más que a una fuerte presión.
Escondido: no se percibe ni con una fuerte presión ejercida de arriba abajo. Sólo un movimiento de vaivén efectuado sobre las paredes laterales de la arteria permite detectarlo.

3. *Rápido (Sac) y presionado (Khan)*

Rápido: 6 latidos y más por respiración.
Presionado: rápido y que se enrolla como una cuerda que está para torcerse.

4. *Deslizante (Hoat) y rasposo (Sap)*

Deslizante: que rueda como una bola.
Rasposo: que va y viene dificilmente.

5. *Superficial (Phu), vacío (Hu) y dicrote (Khâu)*

Superficial: percibido muy claramente al tocarlo y muy débilmente a la presión.

Vacío: grande, pero sin fuerza. Incluso sensación bajo el dedo como a la presión, sea débil o fuerte.

Dicrote: percibido a la presión fuerte o ligera, pero no a la presión mediana.

6. *Blando (Nhu) y débil (Nhuoc)*

Blando: pequeño, ligero y superficial.

Débil: pequeño, blando y profundo.

7. *Hilante (Vi) y fino (Tê)*

Hilante: más tenue que el pulso fino, dando a veces la impresión de ser imperceptible, comparable al hilo de una araña.

Fino: menos débil que el pulso hilante, comparable al hilo de algodón.

8. *Tenso (Huyen) y largo (Truong)*

Tenso: comparable a la cuerda de arco, derecha y tirante, no golpeada con un dedo.

Largo: comparable a un bastoncito en el que las dos extremidades sobrepasan su emplazamiento y no golpean el dedo.

9. *Corto (Doan) e inquieto (Dong)*

Corto: es un pulso Yin que no cubre su emplazamiento y que llega lentamente. Se dice que no tiene cabeza ni cola.

Inquieto: es un pulso Yang que llega rápidamente. Tampoco tiene cabeza ni cola.

10. *Amplio (Hong) y pleno (Thuc)*

Amplio: que desborda por todas partes, evocando una inundación. Es grande, relativamente espeso, cediendo ligeramente a la presión.

Pleno: muy espeso, potente, no cede a la presión.

11. *Laborioso (Lao) y separado (Cach)*

Laborioso: profundo, grande, tenso, desviado de su emplazamiento.

Separado: superficial, vasto, tenso «como la piel de tambor».

12. *Excitado (Xuc), anudado (Kêt) y cambiante (Dai)*

Punto común a todos esos pulsos: comportan todas las detenciones.

Excitado: rápido, con detenciones que se producen a intervalos irregulares.

Anudado: lento con detenciones que se producen a intervalos irregulares.

Cambiante: comporta las detenciones que se producen a intervalos regulares según un ritmo bien definido.

7. Caracteres opuestos de los pulsos

1.° *Superficial, profundo* (Phu, Trâm):
Para determinar el Yin y el Yang, interior y exterior.

2.° *Lento, rápido* (Tri, Sac):
Para distinguir el frío y el calor.

3.° *Vacío, pleno* (Hu, Thuc):

Para determinar la insuficiencia o el exceso, con o sin energía.

4.° *Largo, corto* (Truong, Doan):

Para determinar la insuficiencia o el exceso de la energía y de la sangre.

5.° *Deslizante, rugoso* (Hoat, Sap):

Deslizante: hay exceso de sangre e insuficiencia de energía.

Rugoso: hay exceso de energía e insuficiencia de sangre.

6.° *Grande, pequeño* (Hong, Vi):

Grande: la sangre está en plenitud y «caliente»; la energía sigue a la sangre que desborda. Ese pulso es grande, pleno, burbujeante y sobreabundante.

Pequeño: la energía está en vacío y «fría», la sangre sigue a la energía que cierra. Ese pulso es pequeño y vago, que parece desaparecer.

7.° *Presionado, retardado* (Kan, Hoan):

Presionado: a causa del frío (energía perversa), la energía Yong y la sangre están lesionadas, son las «víctimas» de los vasos secundarios como «la marejada levantada y llevada por el viento», «como «una cuerda que se tuerce».

Retardado: el pulso es suave, regular, armonioso.

8.° *Inquieto, escondido* (Dông, Phuc):

Inquieto porque el pulso es rápido, como «un pequeño guisante que se agita» (literalmente: el pulso es inquieto, con movimientos oscilatorios). Se le encuentra en la Barrera.

Escondido: se le encuentra bajo los tendones.

9.° *Anudado, excitado* (Kêt, Xuc):
Esos dos pulsos están parados sin ritmo determinado:
Cuando el Yin triunfa, el pulso es anudado.
Cuando el Yang triunfa, el pulso es excitado.

8. Significación y emplazamiento de los pulsos

Para comprender el pulso hay que saber su significación y su emplazamiento.

Ejemplos:

— Pulso superficial y rápido: el calor se encuentra en el exterior del cuerpo (meridianos secundarios).
— Pulso superficial y lento: el frío perverso se encuentra en el exterior.
— Pulso superficial, rápido pero sin energía, calor perverso localizado en el exterior.
— Pulso profundo y lento, pero con energía, frío perverso que llega al interior (meridianos principales u órganos y entrañas).
— Pulso de la Barrera izquierda tenso. Pulso débil: la afección se encuentra en el hígado y los pulmones.

9. Pulsos aberrantes

Se designan bajo el nombre de «pulsos aberrantes» los patológicos, anormales y graves. Las enfermedades que presentan esos pulsos no pueden sobrevivir.

1. *Pulso torbellino* (Phu Phi): muy superficial «a flor de piel»; torbellino «como el agua que bulle»; latidos sin número determinado.
2. *Pulso flotante y suspendido* (Ngu Tuong): como la «cola de un pez enamorado».
3. *Pulso tembloroso* (Dan Thach): entre los tendones y la piel, rápido y muy duro. El pulso está caracterizado por un temblor convulsivo como «el sonido de un violón».
4. *Pulso embrollado* (Giai Sach): pulso desordenado, como cuando se «desenrolla un hilo embrollado».
5. *Pulso brusco y lento* (Oc Lâu): pulso situado entre el hueso y el tendón. Llega débilmente al dedo por intermitencia, un latido por respiración. Se dice que es «lento como un caracol».
6. *Pulso brusco y saltarín* (Ha Du): muy superficial «a flor de piel». Llega súbitamente, a saltos, después desaparece. Se dice: llega como un cangrejo que salta.
7. *Pulso picoteante* (Truoc Tac): situado entre los tendones y la carne. Salta a menudo bajo el dedo como «el picoteamiento de los gorriones, bien que se les sienta o no se les sienta».

10. Pulsos de los 5 órganos y 6 entrañas

Para terminar, observemos que los pulsos normales de:

— Hígado: tenso.
— Corazón: pleno y amplio.
— Bazo: suave y flexible.
— Pulmón: superficial y ligero.
— Riñones: resistente, ligeramente duro y profundo.

Esos pulsos han sido estudiados por primera vez por Khi Pa en Nei King So Ouenn (cap. 7). Según él, la energía de los pulsos responde a las variaciones de la energía cósmica.

He aquí la respuesta a la cuestión suscitada por el emperador Hoang Ti:

> *«Hoang Ti interroga: ¿Cómo responden los pulsos a las cuatro estaciones? ¿Cómo localizar la enfermedad? ¿Cómo saber si la enfermedad penetra en el cuerpo o si se queda en la parte externa del cuerpo? ¿Quiere responderme a esas preguntas?*
>
> *»Khi Pa responde: En el exterior están los seres y las cosas; en el interior están las Seis Reuniones (21) que, por las reglas comunes del Yin-Yang siguen la evolución del Cielo y de la Tierra. La tibieza de la primavera creará el calor del verano, la picazón del otoño creará ¡a cólera del invierno. Los pulsos siguen los movimientos de las cuatro estaciones para subir o descender.*
>
> *»Para responder a la primavera, el pulso es como el compás (Qui), para responder al verano es como la escuadra (Cu), para responder al otoño es como el fiel de la balanza (Hanh), para responder al invierno es como los pesos de la balanza (Quyên).*
>
> *»Así, cuarenta y cinco días después del solsticio del invierno, la energía Yang crece ligeramente y la energía Yin mengua ligeramente; cuarenta y cinco días después del solsticio de verano, la energía Yin crece ligeramente y la energía Yang mengua ligeramente. El Yin y el Yang crecen y menguan según un ritmo determinado; los pulsos siguen así esos movimientos y los toman por término. Si los términos no corresponden exactamente es que*

hay desunión en los pulsos. Conocer el término de la desunión es conocer el periodo de la muerte[1].

»Para conocer el pulso, hay que examinarlo muy atentamente. El pulso obedece al Yin y al Yang y a la ley de los Cinco Elementos. Los Cinco Elementos evolucionan y responden a las cuatro estaciones. Es por lo que se deben seguir escrupulosamente las reglas del Yin y del Yang, del Cielo y de la Tierra, para tonificar o dispersar. Seguir las reglas del Yin y del Yang es conocer la vida y la muerte.

»Es así que la voz del hombre se armoniza en las Cinco Notas Musicales[2]*, el color se armoniza con los Cinco Elementos, el pulso se armoniza con el Yin y el Yang.*

»En consecuencia:

— *En la plenitud de Yin: sueños de inundación y de miedo, porque el Yin = Agua = Riñones.*
— *En la plenitud de Yang: sueño de incendio, porque el Yang = Fuego.*

EXPLICACIÓN:

[1] *a)* Si cuarenta y cinco días después del solsticio de invierno el Yang crece ligeramente, si cuarenta y cinco días después del solsticio de verano el Yin crece ligeramente y si el pulso del Pie no llega a la Barrera es el fin del Yin.

b) Si cuarenta y cinco días después del solsticio de verano el Yang mengua ligeramente, si cuarenta y cinco días después del solsticio de invierno el Yin mengua ligeramente y si el pulso del Pulgar no llega a la Barrera es el fin del Yang.

Es la desunión del Yin y del Yang, lo que es contrario a la energía de las cuatro estaciones. Se puede, por tanto, determinar la época de la muerte.

[2] La gama china, inventada por Hoang Ti, no cuenta más que con cinco notas.

— En la plenitud simultánea de Yin y de Yang: sueños de masacre, porque existen fenómenos de "desprecio" del Yin y del Yang.

— En la plenitud de la energía en lo alto del cuerpo: sueños de robo[3]*.*

— En la plenitud de la energía en la parte baja del cuerpo: sueños de caída.

— Muy saciado: sueños de donación.

— Muy hambriento: sueños de robos[4]*.*

— En la plenitud de la energía de los pulmones: sueños de lloros.

— En la plenitud de la energía del hígado: sueños de cólera.

— Mucha solitaria: sueños de reuniones y de gentío.

— Muchos ascaris: sueños de batalla.

»El espíritu del médico debe estar tranquilo en el curso del examen del pulso.

»En primavera, el pulso es superficial y ligero "como el pez que retoza en la superficie del agua". En verano aparece en la piel "desbordante como todas las cosas que tienen exceso"; en el otoño, aparece bajo la piel "como los insectos que comienzan a esconderse"; en invierno está escondido "como los insectos que se esconden en sus guaridas". Los juiciosos deben vigilarse "y no devastarse"[5]*.*

[3] Como un pájaro.

[4] Como un malhechor.

[5] Arruinar la salud por actividades no percibidas en el periodo energético en que viven..

»Es por lo que el médico debe conocer no solamente el vacío y la plenitud del Yin y del Yang, de los cinco órganos y de las seis entrañas del interior (Hombre), pero también la evolución de Yin y de Yang, de las cuatro estaciones y de los "Cinco Movimientos" del exterior (Cielo y Tierra).

»Tales son los grandes principios del diagnóstico por los pulsos.»

Presentamos en las páginas siguientes una tabla de comparaciones de los pulsos patológicos de los órganos y entrañas.

OBSERVACIONES

a) El Corazón no puede ser agravado por la energía perversa. La patología cardíaca es, de hecho, esencialmente debida a una perturbación interna. El «Calor» y el «Vacío» mencionados más arriba son de origen orgánico.

b) Los Riñones conservan la energía hereditaria. Esta energía no puede estar en plenitud, sino siempre en vacío en todos los casos patológicos.

	HÍGADO	VESÍCULA BILIAR
Frío	Superficial, tenso y lento (Phu, Huyên, Tri) o deslizante (Hoat).	Lento (Tri).
Calor	Tenso y rápido (Huyên, Sac).	Tenso y rápido (Huyên, Sac).
Vacío	Tenso, fino, profundo, muy pequeño (Huyên, Tê, Nhuoc).	Tenso y fino (Huyên, Tê).
Plenitud	Tenso y duro (Huyên, Cunq).	Tenso y pleno (Huyên, Thuc).

	CORAZÓN	INTESTINO DELGADO
Frío	Rápido (Sac).	Fino, profundo y muy pequeño (Tê, Nhuoc).
Vacío	Fino, profundo, muy pequeño (Tê, Nhuoc).	Deslizante y rápido (Hoat, Sac).

	BAZO	ESTÓMAGO
Frío	Profundo y lento (Trâm, Tri).	Barrera derecha: profundo y lento (Trâm, Tri).

	PULMONES	INTESTINO GRUESO
Frío	Superficial y tenso (Phu, Huyên) o deslizante (Hoat).	Profundo y lento (Trâm, Tri).
Calor	Deslizante y rápido (Hoat, Sac).	Rápido (Sac).
Vacío	Vacío y fino (Hu, Tê) o fino y rápido (Tê, Sac).	Fino y pequeño (Tê, Vi).
Plenitud	Deslizante y pleno (Hoat, Thuc) o superficial y cambiante (Phu, Dai).	Profundo y pleno (Trâm, Thuc) o deslizante y rápido (Hoat, Sac).

	RIÑONES	VEJIGA
Yin y vacío	Vacío, fino y rápido (Hu, Tê, Sac).	Los pulsos de la vejiga dependen de las afecciones de los otros órganos o entrañas, particularmente de los riñones.
Yan y vacío	Profundo, lento y vacío (Trâm, Tri, Hu).	

TRIPLE CALENTADOR		
Calentador superior	Pulmones. Maestro del corazón.	Ver pulso de los pulmones. Ver pulso del corazón.
Calentador medio	Estómago. Bazo.	Ver pulso del estómago. Ver pulso del bazo.
Calentador inferior	Hígado. Riñones.	Ver pulso del hígado. Ver pulso de los riñones.

Made in United States
North Haven, CT
18 October 2026

20584218R00061